வருங்காலத் தமிழகம்

(ஆராய்ச்சி)

கா. அப்பாத்துரை

Title: Varungaala Thamizhagam

Author: Ka. Appadurai

Language: Tamil

First Published on: 1947

Year of Publication: 2024

Book Format: Paperback

*Page Size: 6inch * 9inch*

Category: Essays

Subject: Literary Essays

No. of pages: 66

ISBN: 978-81-997059-3-7

Published by: Nilan Publishers, Madurai, Tamilnadu, India

பொருளடக்கம்

குறிப்புகளுக்காக

வருங்காலத் தமிழகம்

பதிப்புரை (இரண்டாம் பதிப்பு)

நாம் காணும் காலம் நிகழ்காலம்: காணாக் காலம் எதிர்காலம். ஆனால் நிகழ்காலத்தை அடிப்படையாகக்கொண்டே எதிர்காலத்தைக் காண முடியும், உருவாக்க முடியும்.. இப்பணியில் உதவுவது இறந்த காலமும் அது பற்றிய வரலாறும். 'வருங்காலத் தமிழகம்' என்ற இந்நூலில் ஆசிரியர் நிகழ்கால நிலையாகிய, நிலத்தினையும் இறந்த காலமாகிய அதன் விதை, வேர், உரங்களையும் ஆய்ந்து பிறநாட்டு ஒப்புமை உணர்வால் வருங்காலத்துக்கு வழிகாட்டியுள்ளார். அவ் வருங்காலம் பற்றிய விரிவான திட்டம் 'தமிழன் திட்டம்' எனத் தொடர்ந்து எழுதப்பெற்றுள்ளது. அது எம் நிலைய வாயிலாக விரைவில் வெளிவரும். இந்நூலின் முதற் பதிப்பை தமிழர் பதிப்பகத்தார் வெளியிட்டுத் தமிழ் இளைஞர்களின் பேராதரவைப் பெற்றது. அதன் இரண்டாம் பதிப்பைத் தமிழகம் எதிர் பார்த்த அளவில் விரைவில் வெளியிடக் கூடாது போயிற்று. இத்தகைய தமிழன்புமாறா ஆக்க நோக்குடைய நூல்களால் தமிழ் நாட்டின் நாட்டுரிமை வாழ்வாகிய 'உண்மைத் தேசிய வாழ்வு' பண்டைப்புகழும் விஞ்ச வளருமென்று நம்புகிறோம். இது போன்ற நல் நூல்களைத் தமிழிலும் ஆங்கிலத்திலும் உதவிவரும் ஆசிரியர் பன்மொழிப்புலவர், கா. அப்பாத்துரை அவர்கட்கு எம் நன்றி.

வாழ்க தமிழ். ஓங்குக தமிழ் வாழ்வு.

சென்னை
15-9-49

தமிழ் இந்தியா நிலையத்தார்.

மதிப்புரை

கவிஞர் பாரதிதாசன் அவர்கள்

வருங்காலத் தமிழகம்" என்னும் இந்நூல் பன் மொழிப் புலவர் கா. அப்பாத்துரை அவர்களால் இயற்றப்பட்டது. இத்தகைய அரிய நூலைப் புலவர் அப்பாத்துரை அவர்களால்தான் இயற்ற முடியும்.

புலவர் அப்பாத்துரை அவர்கள் தமிழ், தமிழ்நாடு, தமிழர் என்னும் பொருள்கள் பற்றிப் பன்முறை விரிவுரை நிகழ்த்தியிருக்கிறார்; குமரிக்கண்டம், தமிழ் வாழ்க முதலிய பன்னூற்கள் இயற்றியிருக்கிறார். வியப்பு என்னவெனில், காரைக்குடிப் பாங்கில் அறிஞர் நிரம்பிய கூட்டத்தில் தமிழ் என்பது பற்றிப் பேசத் தொடங்கி ஏறக்குறைய பதினைந்து நாட்களின் பின் முடித்தார்கள். கேட்டு வியந்தவர்களில் நானும் ஒருவன்.

புலவர் அப்பாத்துரை ஆங்கிலத்தில், எம்.ஏ.,எல்.டி., யும் தமிழில் எம். ஏ., யும் இந்தியில விசாரத்தும் ஆகிய நற்சான்றுப் பட்டயங்கள் உடையவர் என்பது மட்டுமன்றி தெலுங்கு முதலிய மொழிகளில் பயிற்சி பெற்றவர் ஆவார். பிறமொழிகளினோடு ஒப்புக்காட்டி விளக்கும் அவர் திறமைக்கு இவைகள் காரணமாகும்.

வருங்காலத் தமிழகம் என்னும் இந்நூல், பண்டைத் தமிழர் அறிவுநிலை, சங்க காலத் தமிழும் பிற்காலத் தமி ழும்; தமிழும் தமிழரும் முதலிய பல உட்பிரிவுகளையுடை யது. ஒவ்வொன்றையும் அவர்கள் விளக்கிச் சொல்லும் முறை படிப்போர்க்கு உள்ளத்தெழுச்சியையும் உணர்ச்சியையும் உண்டாக்கத்தக்கனவும், இனிய நடையுடையனவும் ஆகும்.

புலவர், இந்நாள் இந்நாட்டிற்கு எத்தொண்டு இன்றி யமையாததோ அதை விரிந்த முறையில் ஆற்றி

வருகின்றார்கள். தமிழர்களின் நன்றி! புலவர் அப்பாத்துரை வாழ்க!

தமிழ் வாழ்க! தமிழ் நாடு வாழ்க!!

புதுச்சேரி,
1-1-47

பாரதிதாசன்.

வருங்காலத் தமிழகம்

1. பழமையும் புதுமையும்

உலகில் எத்தனையோ நாடுகள், சமயங்கள், மொழிகள், பண்பாடுகள்; அவற்றில் எத்தனையோ நின்று நிலவின. ஆனால் இறுதியில் அழிந்தொழிந்தன. எத்தனையோ தோன்றுகின்றன; தோன்றி நிலவுகின்றன. ஆனால் எல்லை காணாப் பழங்காலத்தி லிருந்து நின்று நிலவி, இன்றும் உயிர்ப்பு அழியாது வளர்ச்சிக் கான கருவுடன் விளங்கும் ஒரு சில நாடுகளுள் தமிழகம் ஒன்று. அதனுடன் ஒத்த பழமையுடைய நாடுகள், மொழிகள், நாகரிகங்கள் பல அழிந்தொழிந்து அவற்றினிடத்தில் பிற பல நாகரிகங்கள் தோன்றி மறைந்த பின்னும், தமிழும், தமிழர் நாகரிகமும் இன்றும் நிலவி, இனியும் நிலவும் நிலையில் உள்ளன. இவ் வழியாகத் தன்மையைக் கவிஞர் கன்னித் தன்மை என்று கூறிப் புகழ்வர். தமிழ்நாட்டின் மறுமலர்ச்சியைமுன்கூட்டி அறிந்து கூறிய அறிவர் ஆசிரியர் ப. சுந்தரம் பிள்ளை,

"பல்லுயிரும் பலவுலகும் படைத்தளித்துத் துடைக்கினுமோர்
எல்லையறு பரம்பொருள் முன்னிருந்தபடி இருப்பதுபோல்
கன்னடமும் களிதெலுங்கும் கவின்மலையாளமும் துளுவும்
உன்னுதரத்துதித்தெழுந்தே ஒன்றுபல ஆயிடினும்
ஆரியம்போல் உலகவழக் கழிந்தொழிந்து சிதையாவுன் சீ
ரிளமைத் திறம்வியந்து செயல்மறந்து வாழ்த்துதுமே".

என்று பாடினார்.

உண்மையில் தமிழின் இக் கன்னிப் புதுமை வியப்புக்குரியதே யாகும். ஆனால் இப்புதுமை முற்றிலும் தமிழின் இயல்பில்

அடங்கிவிட்டதா? அல்லது தமிழர் செயலால், தமிழர் இடைவிடா முயற்சியால் ஏற்பட்டதா?

சில காலமாகத் தமிழன், அது மொழியின் இயற்கையே, அதில் "தன் செயலாவது யாதொன்றுமில்லை" என்று இருந்து விட்டான். அதன் பயனாகக் கேடிலாத் தமிழுக்குக் கேடும் புறக்கணிப்பும் அவமதிப்பும் ஏற்படலாயின. இப்போது அவன், தான் முன்பு கொண்ட எண்ணம் தவறென்று கண்டுகொண்டான்.

அதாவது 'தமிழ், தமிழனின்றித் தானே இயங்கவல்லது; தமிழின் சிறப்புக்கும், தமிழன் சிறப்புக்கும் தொடர்பில்லை' என்ற இறுமாப்பு முற்றிலும் சரியான கொள்கையன்று என்று அவன் அறிந்து கொண்டான்.

இயற்கையின் அழகு முயற்சியற்றதாயிருக்கலாம்; ஆனால் இயற்கையை அப்படியே படம் பிடிப்பதுபோல் வரையும் கலைஞன் படைப்பு முயற்சியற்றதா? சிலையின் நிலை அசை வற்றதாய் இருக்கலாம்; ஆனால் நடனமானது ஓரிமைப் பொழுதில் மேற்கொள்ளும் துவண்ட நிலை, நெளிந்த தோற்றம் முயற்சியற்ற ஒன்றா? நிறுத்திவைத்து அசையாதிருக்கும் பம்பரத்தின் நிலையும், சுழற்சியினிடையே அசையாதியங்கும் பம்பரத்தின் நிலையும் ஒன்றா? இவற்றை ஒன்றென்று கொள்பவர்தான் மொழியின் இயல்பு முற்றிலும் இயற்கை என்று கொள்ளுதல் கூடும்!

மொழி, மனிதர் உள்ளத்தின் நினைவுகளின் பயனாய், அவற்றின் ஓயாத சுழற்சியின் பயனாய் ஏற்படுவது. அதன் அமைதி சிலையின் அமைதி அன்று; கலையின் அமைதி. அதன் ஆழம் பொய்கையின் ஆழமன்று; அகன்ற காவிரி நீரின் ஆழம். அதன் தெளிவு பாலை நீரின் தெளிவன்று; கொந்தளிக்கும் கடலின் தெளிவேயாகும். நொடிக்கு நொடி மாறும் இயல்புடைய மனிதர் கருத்துக்களிலிருந்தும் வாழ்க்கைப் போக்கிலிருந்தும் எல்லையற்ற கலைத்திறனால்

படம் பிடித்தெடுக்கப்பட்ட ஓர் அமைதியே தமிழன் தனிப்பண்பிற்குக் காரணம்.

தமிழ், தமிழ்க்கலை, தமிழ்ப் பண்பாடு ஆகியவை இதுகாறும் அழியாதிருந்ததும், அழியாத் தன்மையுடையதா யிருந்ததும் எதனால்? அதனை அறிந்தால் தமிழ்மொழி மேலும் ய வகை தேடலாம். அதனை அறிவதன் மூலமே நாம் இவ்வழியாத் தமிழன்னையின் பிள்ளைகளாவோம்; அழியாத் தமிழ் வளர்க்கும் அழியாக் கலை படைத்த கலைஞராவோம். தமிழுக்கு ஏற்பட்டுள்ள இழிவுகளைப் போக்க வேண்டுமாயின் முன்னோர் வழிப் பிறந் தோம் என்று மனநிறைவு பெற்றுவிடாமல், முன்னோர் வழி நின்று முன்னோர் வழியில் செயலாற்றுவோம் என்ற உறுதி ஏற்பட வேண்டும். தமிழ் வளர்ப்பில் முன்னோர் கொண்ட கோட் பாட்டை, அவர்கள் கண்ட கன்னித் தன்மையின் மறைத் திறவுகோலை நாமும் காணுதல் வேண்டும்.

தமிழை அறியாக் கன்னித் தமிழாகக் கண்ட பழந் தமிழன் கலைத்திறத்திற்குக் காரணமாயிருந்த புதுமை ஒன்று உண்டு. அதுவே வாழ்க்கையில் அவன் படித்த பாடம். அது யாதென ஆராய்வோம்.

2. பண்டைத் தமிழர் அறிவு நிலை

மக்கள் அனைவரும் வாழ்கின்றனர்.ஆனால் வாழ்க்கையைப் பற்றிப் பெரும்பாலோர் எண்ணிப் பார்ப்பதில்லை! அறியாதவற்றை அறிந்தோம் என்று எண்ணுவது மனிதரியல்பு. நமக்குப் பசி உண்டாகிறது. உணவு உண்கிறோம், பசியேன்? அதை உணவு எப்படிப் போக்கிற்று? அவ்வுணர்வு பின் என்னவாகிறது? அதில் எவ்வளவு, எவ்வாறு உடலில் சேர்ந்து உடலோம்புகிறது என்று நாம் எண்ணிப் பார்ப்பதுண்டா?

நாகரிகம் மிக்கவர் எனத் தருக்கும் மக்களிடையே கூடப் பெரும்பான்மையோர் தாம் எவ்வளவு தொலைவு அந் நாகரிகத்துக் குரியவர் என்று எண்ணுப்பாராது இறுமாப்புக் கொள்கின்றனர். அந் நாகரிகத்துடன் தமக்கு எவ்வளவு தொடர்பு என்று யாரும் கருதிப் பார்ப்பதில்லை. நேரம் பார்க்க நாழிகை வட்டிலை நோக்குகிறோம். அது எப்படி அமைந்ததென்பதை நாம் அறிவதில்லை; அறிய எண்ணுவதுகூட இல்லை! பணிமனைக்கு விரைந்துசெல்ல வேண்டும் போது பொறி வண்டி ஏறிச் செல்கிறோம். அது எவ்வாறு இயங்குகிறது, எவ்வாறு அதை இயங்குவது, அது எவ்வாறு இயற்றப்பட்டது என்பதை அறிவது எத்தனைபேர்? அறிவோம், அறியோம் என்ற கவலையோ, எண்ணமோ உடையவர்கூட மிகக் குறைவே.

மொழி வகையிலும் நாட்டு வகையிலும் பெரும்பாலோர் வாழ்வு இத்தகைய கவலையற்ற வாழ்வே. ஆனால் தமிழ் முன்னோர் மொழியைப் பற்றி, பண்பாட்டைப் பற்றிப் பெரிதும் அக்கறை கொண்டு கவலையுடன் அதை வளர்த்தனர். அதை வளர்ப்பதற்கான கருவிகளைத் தேடிக் கையாண்டனர். அதன் பயனாகவே தமிழ் பிற மொழிகளைவிட இளமையுடையதாய், நீண்ட வாழ்நாளுடைய தாய், கன்னித் தாயாய் வளர்ந்தது. நாமும் அத்தகைய முயற்சியும் கவலையும் கொள்ளாவிட்டால்,

அவர்கள் கன்னித்தமிழ் அவர்களுடன் நின்றுவிடும். நம் தமிழ் வேறு தமிழாகவே மாறி, நம் வீழ்ச்சிக்கு வழி ஏற்பட்டுவிடும்.

வாழ்க்கை முறையில் சில மக்கள் நாகரிகமுடையவர் என்று கருதப்படுகின்றனர். சிலர் நாகரிகமற்றவர் என்று புறக்கணிக்கப் படுகின்றனர். ஆனால் நாகரிகமுடையவர் என்று ஒரு வகுப்பைக் கூறுவது எதனால் என்று எண்ணி அறுதியிடல் அரிது. உயர்ந்த வாழ்க்கைத் தரம் நாகரிகமா? ஆம். ஒருவகையில் அது நாகரி கத்தின் அறிகுறியே. ஆனால் அதுவே நாகரிகம் ஆகுமா? புதிய பட்டாடை அணிந்து பட்டணத்தில் திரிபவை நாம் பட்டிக் காட்டான் என்போமே ஒழிய நாகரிகமுடையவன் என்று கூற மாட்டோம். பணம் கிடைத்தபோதெல்லாம் உயரிய உண்டியை உண்பவனை ஊதாரி என்போம். நாகரிகமுடையவன் என்று கூற மாட்டோம். நாகரிகம் என்பது இன்னதென்று வரையறுக்க முடியாத ஒரு பண்பாடு என்றே பல அறிஞரும் கூறுகின்றனர். ஆனால் அதன் மெய்ம்மையை ஆராய்ந்தால் அது வேறெதுவும் அன்று, அறிவுத் திறமும் அதனை செயற்படுத்தும் நயமும் மட்டுமே என்று காணலாம். இவை இல்லாதவிடத்து பொருள், பகட்டு, ஆரவாரம் எதுவும் பயனில்லை; "கற்கக் கசடற; கற்றபின் நிற்க அதற்குத் தக" என்ற வள்ளுவர் வாக்கு நோக்குக.

எனவே நாகரிகத்திற்கு அறிவும் கலையும் இரு கண்கள் போன்றவை. நாகரிகத்துக்குக் காரணமாயிருப்பது அறிவு. அதன் பயன் கலை, கலையோடு கூடிய வாழ்வு. இவ்விரண்டும் பொருந்திய வாழ்வு அமையுமானால், அதில் காணும் மறைந்த உட்பொருளே அழியாத்தன்மை, உயிர்ப்பு, கன்னித்தன்மை என்பது கலை, இன்பத்தையும் வளர்ச்சியையும், அறிவு, அழியாமையையும் தரும். இவ்விரண்டும் தமிழில், தமிழன் வாழ்வில், மொழியில் நிரம்பி யிருந்ததன் பயனாகவே தமிழ் இவ்வளவு நாள் அழியாத, அழிக்க முடியாத, மயங்காத ஒளியாய் நின்று தழைத்தது.

அறிவும் கலையும் வேண்டாம் என்று யாரும் சொல்வ தில்லை. எல்லோரும் எல்லா நாட்டிலும் இதனைப் பறைசாற்றியே வருகின்றனர். அப்படியாயிருக்கத் தமிழன் மட்டும் அவற்றை அழியாத் தன்மையுடன் எப்படிக் கையாண்டான்?

3. பின் நோக்கும் முன் நோக்கும்

அறிவு மனிதருக்கெல்லாம் பொதுவான ஒரு பண்பே. ஆனால் அதில் மூன்று படிகளைக் காணலாம். அதன் முதல் நிலை விலங்கு நிலை; இந் நிலையில் மனிதன் விலங்கைப்போல் கண்ட பொருளைக் காட்சியாகக் கொள்கிறான்; செயலாற்றி விடுகிறான். அவனுக்கு நினைவுண்டு, நினைவாற்றல் இல்லை. அவன் நோக்கு நிகழ்காலம் ஒன்றையே நோக்கும். ஆட்டு வரிசையில் ஆடுகள் ஒவ்வொன்றாய்ச் சென்று குழியில் விழுவதைக் கண்டும் மற்ற ஆடுகள் தம் போக்கை மாற்றுவது இல்லை. அவை தம் நிகழ்காலக் காட்சியை இறந்தகால அறிவாக, வருங்கால வழிகாட்டியாகக் கொள்வதில்லை. இந் நிலையில் உலகில் மக்களில் பெரும்பாலோர் இன்றும் உள்ளனர் என்பது வியப்புக்கு இடமல்லவா? ஆம்! ஆனால் உண்மையில் நாகரிகமிக்க இருபதாம் நூற்றாண்டிலும், நாகரிகமிக்க மேல் நாட்டிலும்கூட நூற்றுக்குத் தொண்ணூற்றெட்டுப் பேர் நிலை இதுதான். அவர்கள் நேரில் கண்டதைக் காட்சியாகக்கொண்டு, பசித்தவுடன் உண்டு, அகப்பட்ட கருவிகளைக் கையாண்டு, முன்னோர் வாழ்ந்த வழியில் வாழ்வதில் மனநிறைவும் இறுமாப்பும் பெற்றுவிடுகின்றனர். கேள்வி கேட்கும் குணம், முன்பின் பார்க்கும் குணம் நாம் நினைக்கும் அளவு மனிதன் இயல்பல்ல. அது இடர்ப்பட்ட மனிதனுக்கு- சிந்தனையில் சறுக்கிய மனிதனுக்கு மட்டுமே இயல்பாகும். பெரும்பாலோர் சிந்தனையுமற்றவர், வாழ்க்கைக் குறிக்கோளும் அற்றவர். அவர்களைப் பற்றியே அறிஞர், “வாழ்வதற்காக உண்பவர் அல்லர்; உண்பதற்காக வாழ்பவர்” என்று கூறுகின்றனர்.

வாழ்க்கையில் அடுத்தபடியில் உள்ளவர் நிகழ்கால நோக்கி லிருந்து சற்றுப் பார்வையைத் திரும்பி இறந்த காலத்தை நோக்கு பவர். இவர்களுக்குக் கண்ட உண்மை பெரிது,

காணாத உண்மை சிறிது. தெரிந்தவை உண்மை, தெரியாதவை பொய். அவர்கள் பழமையில் மட்டும் நன்மை காண்பவர். புதுமையில் நன்மை இருக்கக்கூடும் என்ற எண்ணம் அவர்களுக்கு இராது. தம் பழைய எண்ணங்கள், தாம் போற்றும் பழைய வீரர், பழைய நூல்கள் ஆகியவற்றையே மேலும் மேலும் பேசுவர். நாட்டு முன்னேற்றம் என்றால் பழங்கால நிலைமைதான் வேண்டும் என்பர். இலக்கியம் என்றால், 'முன்னோர் இலக்கியம், முனிவர் இலக்கியம் இருக்கிறது. அதைத் துய்ப்பதினும் வேறு இன்பம் ஏது?' என்பர். முன்னோர் அறிவின் பெருமை பேணுவர். ‘அவர் அறிவைப் போற்றுதல் போதாது; அவர் வழி நிற்றல் வேண்டும்' என்பதை அவர்கள் காண்பதில்லை. முன்னோர் கண்ட நெறியை அவர்கள் காணாது பின்பற்றுவர்; அதைக்கண்டு அவ் வழி நின்றால் அந் நெறி வளர்ச்சியுறும் என்பதை அவர்கள் எண்ணமாட்டார்கள். அவர்கள் போக்கு பழமையாகிய செக்கைச் சுற்றிச் செல்லும் செக்கு மாட்டுப் போக்கு!

தமிழ் நாட்டார் சில காலமாகக்கொண்ட போக்கு இது. வள்ளுவர் காட்டிய வழி என்பர். அவ் வழியில் ‘நிற்பார்களே' யன்றிப் ‘போக' மாட்டார்கள். ‘அவர் காட்டிய வழியில்' ‘சென்றோம்' என்பாரேயன்றிச் ‘செல்வோம்' என்று முனைய மாட்டார்கள். வள்ளுவர் இயற்றிய திருக்குறள் மாண்புடைய தென்பர். ஆனால் அதுபோல் இன்று நூல் இயற்றாதிருத்தல் தான் தமக்கு மாண்புடையது என்று அதே மூச்சில் கூறுவார்கள். புதுமை, பழமையின் நிழல் என்பது அவர்கள் வாழ்க்கைத் தத்துவம்.

ஆசிரியர் ப. சுந்தரம் பிள்ளை 'ஆரியம்போல் அழிந் தொழியா' என்றதன் முழு உண்மை இதுவே. ஆரியம் எதனால் அழிவுற்றது? பழமை பேணியதனாலும், புதுமை பேணாததாலும் மட்டுமே. காளிதாசன் ‘குமார சம்பவம்' இயற்றினான். ஆயிரம் கதையைப் 'பார்வதி பரிணயம்' என்று இயற்றத்தான் தோன்றியது! வடமொழி இலக்கியத்தின் பிற்பகுதி முழுவதும் இராமாயண பாரதங்களுக்கு

இடைச்செருகல் ஏற்படுத்துவதும், பழங்கதைகளைப் புதுப் புராணங்களாக்குவதும் இவற்றைச் சுற்றிச் செக்கரைப்பதுமாகவே முடிந்தது. இதனாலேயே வடமொழி இறந்த தென்பதை அறியாது, இன்றைய இந்தியப் பெருநிலப் பரப்பில் பல தாய்மொழிகளும் அவ் வழியே சென்று இடர்ப்படுகின்றன. தமிழன் இவ் வழித் துறந்து புதுவழி கண்டால் தமிழ்நாடு மட்டுமன்றிக் கீழ் நாடுகள் அனைத்திற்குமே அவன் வழிகாட்டியாவான்.

தமிழனுக்கு, அதிலும் சங்ககாலத் தமிழனுக்குச் சிறப்பான தமிழ் நெறி, தமிழ் நோக்கு ஒன்று உண்டானால் அது எதிர்கால நோக்கே. பிற்காலத் தமிழன் தமிழைப் பழந்தமிழ் என்று போற்றினான். முற்காலத் தமிழன் அதைப் புதுத் தமிழ், தமிழ்ப் புது நறவு என்று போற்றினான். பிற்காலத் தமிழன் செத்த கதையைச் செத்த உருவில் காப்பிய நடைப்படுத்தி மகிழ்ந்தான். பழந்தமிழன் உயிருள்ள பொருள்களை உயிருள்ள நாடக கூறினான். பிற்காலத் தமிழன் மெய்யில் பொய்மைகண்டு மகிழ்ந்தான். முற்காலத் தமிழன் பொய்யிலும் மறைந்த நின்ற மெய்ம்மையே கண்டான். சங்க காலத்திலும் பழமை உண்டு என எடுத்துக் கூறுபவர் இதனைக் கவனித்தல் வேண்டும். சிலப்பதிகாரத்தில் இராமன் வீரம், கண்ணன் காதல் கூறப்படுவது உண்டு. கடவுள் பற்று உண்டு. புராணக் கதைக் குறிப்புகள் உண்டு. ஆனால் அவற்றைப் புலவன் கூற்றுடன் சேர்த்துப் பார்த்தால், அவை அவன் அறிவின் படைப்பேயன்றி அவன் அவற்றின் படைப்பாய்விடவில்லை என்று காணலாம். பழங்கவிஞர் வீரத்திற்கு இராமனை எடுத்துக்காட்டாகக் கூறினர். பிற்காலக் கவிஞர் இராமனுக்கு வீரத்தை எடுத்துக் காட்டாக்கி விட்டனர்! அதாவது வீரம் என்ற கருத்தைப் புறக்கணித்து, எடுத்துக்காட்டாகிய இராமனுக்குள் அதை அடக்கினர்!

4. சங்க காலத் தமிழும் பிற்காலத் தமிழும்

சங்க கால இலக்கியத்தில் தமிழன் எதிர் கால நோக்கைக் காணலாம். ஆனால் பிற்காலத்தில் இறந்தகால நோக்கு படிப் படியாய் அவனை அடைவதைச் சங்க காலத்திலிருந்து இன்று வரை காணலாம். சங்க காலத்தவர் பாடியது பெரும்பாலும் தாம் கண்ட காட்சி,தாம் எண்ணிய எண்ணம் ஆகியவையே. இரண்டு நூல்களில் ஒரே கருத்து இருந்தால் அது ஒரே சூழ்நிலையையும் ஒரே பொது எண்ணத்தையும் குறிக்குமேயன்றி ஒரே படப் பிடிப்பைக் குறிக்காது.

சோழப் பேரரசர் காலத்தில் தாம் கண்ட உலகை, தம் காலத்தைப் பற்றிப் பாடியவர் ஒட்டக்கூத்தர் ஒருவரே என்னலாம். அந் நாளைய இலக்கியக் காட்டில் மெய்யுலகின் படமாக நிலவுவது அவரது 'மூவருலா' ஒன்றே. மற்றவர்கள், சொன்னதைச் சொல்லிச் சித்திரக் கவியும் மொழிபெயர்ப்பும் பயின்றனரேயன்றி வேறன்று. அம் மொழி பெயர்ப்புகளும்கூடப் புத்தறிவு கொளுத்தும் தற்கால மொழி பெயர்ப்பு போன்றவையல்ல. பழமைப் பித்தேற்றும் வக்கரித்த போக்கே கொண்டவை.

இலக்கியத்தில் கண்ட இப் போக்கை மொழியிலும், அறிவி யலிலும், கலையிலும், வாழ்க்கையிலும் இன்றுகாறும் காணலாம். சங்க காலத் தமிழ் நூல் எதனை எடுத்தாலும் இடைக்கால, தற்கால நூல்களில் காண முடியாத ஓர் அரிய பண்பினை அதில் காணலாம். சங்க நூலின் தமிழ் உயிருள்ள தமிழ். அதாவது அதில் சொற்கள் பொருளைக் குறிக்கவே எழுந்தன. கவிஞன், இளங்கோவைப் போல் பாரவிரிவுரை ஆற்றலாம்; சொற்களை இழுமெனத் தொடுத்துப் பரிபாடலாசிரியர்களைப் போல் இசை பாடலாம்; வள்ளுவர் போல் அறிவுத்துறை நுணுக்கம் கூறலாம்; ஆனால் பொருள் குறிக்கச் சொல்! இட நிரப்பவோ ஒலி நிரப்பவோ சொல் காணுதல் அரிது.

சிந்தாமணி காலமுதல் தற்காலம் வரை இந்நிலை உண்டா என்று துருவிப் பாருங்கள். கொக்கு, ‘விண் கண்ட கொக்கு’ ஆகும். பாடல், ‘பண்பட்ட பாடல்’ ஆகும். இச் சொற்கள் எதற்காக? எதுகைக்காக, போகட்டும்! இது, பாட்டுக் கட்டும் முயற்சியில்! மொழியில், பேச்சில்- இது ஏன்? வள்ளி அழகியவள் என்பது செந்தமிழ். அதாவது பழைய தமிழ். வள்ளி அழகுடையவள், வள்ளி அழகானவள், வள்ளி அழகானவள் ஆவாள், வள்ளி அழகான வளாயிருக்கிறாள்- இத்தகைய தொடர்கள் இக் காலத் தொடர்கள். இவற்றில் அழகான என்ற சொல்லிருக்கிறதே, அதில் ஓர் அரிய ‘அழகு’- அழகு உடைய பொருளை இன்றைய தமிழன் ‘அழகு ஆன’ பொருள் ஆக்கி விட்டான். இவ் வகையில் வேண்டுமானால் அவனுக்கு ஒரு ஆறுதல் கூறலாம். இவ் வருவருப்பான தொடரின் பகர்ப்பையே அவனுடன் பிற திராவிடத் தோழரும்- ஏன் வட இந்திய, வட மொழித் தோழர்கூட பின்பற்றியுள்ளனர்! பழந்தமிழன் 'இயற்கைப் பொருளை இற்றெனத் கிளத்தல்- செயற்கைப் பொருளை ஆக்கமொடு கூறல்' என்ற தொல்காப்பியச் சூத்திரங்களின் வழிநின்று, ‘இது நன்று’, ‘அது எனக்கு உரியது ஆகும்’ எனக் கூறினான். நாம் ‘இது நல்லது ஆகும்’ என இயற்றைப் பண்பு களையும் ‘ஆவ’தாகக் கூறுகிறோம்.

செந்தமிழ் வேறெம் மொழியையும்- வட மொழியையும் விட எளிமையும் சுருக்கமும் விளக்கமும் உடையது என்பதை, பல மொழியையும் பல நாடும் பல பண்புகளும் கண்ட அறிஞர் சர். சி.பி.இராமசாமி அவர்களே ஒப்பிப் புகழ்ந்துள்ளனர். அத்தகைய தமிழை விடுத்துத் தமிழனும், பிற திராவிடத் தோழனும் பயனற்ற ‘சங்கிலித் தொடர்ப் போக்கு’ நடையைப் பேணியது முன்னேற்ற மாகுமா என்பதை இன்றைய இளைஞர்கள் எண்ணிப் பார்க்க வேண்டும்.

பழந் தமிழன் இன்றைய தமிழனைவிட பெரிய சமயப் பூசலிடையே வாழ்ந்தான். இன்றைய வழிபாட்டு முறைகள், கொள்கைகள், நம்பிக்கைகள், கிட்டத்தட்ட அனைத்துமே இரண்டாயிரம் ஆண்டுகளுக்கு முன்பும் தமிழனிடம்

இருந்தன என்பதைத் திருமுருகாற்றுப்படை, பரிபாடல் முதலிய நூல்களில் காணலாம். திருமால் நெறி, சிவநெறி, அகியவற்றின் மயிரிழை நுணுக்கங்கள், இடக்கையால் எறியும் எளிமையுடன், ஆனால் வழுவற, அவற்றில் கூறப்படுகின்றன. சிலப்பதிகாரத்தில் பல சமயத் தெய்வங்கள் அவ்வச் சமயத்தார் நிலையிலேயே புனைந்துரைக்கப் பெறுகின்றன. ஆயினும் தெளிந்த சமய வாத நூல்களான மணி மேகலை, குண்டலகேசி முதலியவற்றிலன்றி மற்றவற்றில் ஆசிரியர் சமயத்தை அறியக்கூட அவை உதவ வில்லை! அவர்கள் கோட்பாட்டைக் கோட்பாடாகவும், அறிவை அறிவாகவும் கொண்டனர். எல்லாம் படர்க்கையில் வைத்து அறியப்பட்டனவே அன்றி ஒன்றும் தன்மையில் வைத்து உரைக்கப்படவில்லை. இத்தகைய படர்க்கைப் பாட்டு அறிவின் பயனாகவே *(Objective Thinking)* பொதுமறை தோற்றும் நிலை தமிழ்நாட்டில் மட்டும் சிறப்பாக நிகழ்ந்தது. தெய்வப் புலவர் என திருவள்ளுவரைப் போற்றும் பரிமேலழகர் போன்ற பெரியார் தெய்வ மொழியில் அதற்கு மூலந் தேடுவதுடன் நிற்க வேண்டிய தாயிற்றேயன்றி, தெய்வமொழியில் அதற் கொப்பான நூல் காட்டவோ அல்லது பார்த்துப் பகர்த்துக் கொள்ளவோகூட முடியாது போயிற்று!

வாழ்க்கை முறை, கலை, அறிவியல் ஆகியவற்றிலும் இதே உயரிய அறிவு நயத்தைப் பழந் தமிழ் நூல்களில் காணலாம். கண்ணகியைக் கற்புக் 'கடவு'ளாக்கிய கதை கூறும் நூல் சிலப்பதி காரம். கண்ணகியை அரசன் கற்புக் கடவுளெனக் கொண்டான் என்று கூறுவதுடன் அது நிற்கிறது. கண்ணகி பிறக்கும் போதே அவள் கற்புக் கடவுளின் திருவிறக்கம் (அவதாரம்) என்று கூறப்பட வில்லை. அவள், பின்னால் கற்புக் கடவுள் ஆவாள் என்பதும் கூறப்படவில்லை. அவள் கடவுளானது, அவள் வாழ்க்கைச் சிறப்பால், மக்கள் மனதில் தோற்றிய வீர உயர்வின் பயனாகவே என்பதை நாம் அறிகிறோம். கண்ணகி வாழ்வை இன்று ஒருமாது வாழ்வதானால் நாமும் இளங்கோவுடன் சேர்ந்து அவளைக்

கடவுள் என்று கூறத் தயங்க மாட்டோம். இது கவிஞன் நாடக ஆசிரியன் செயலன்றி வேறன்று. ஆனால் நாடக ஆசிரியன், மனிதப் பிறவி, கடவுட் பிறவியாக உயர்ந்ததெனக் காட்டினனே யன்றி, அது கடவுள் என்று சொற்பொழிவாற்றவில்லை; வணங்கினர் என்பது மட்டுமன்று. கலைஞன் என்ற முறையில் அக் கடவுள் தன்மைகூட மனிதரின் இயற்கை மனஎழுச்சியாகக் காட்டப்படவில்லை. இராமர் கதை, கண்ணன் கதைகூட சிலப்பதிகாரத்தில், வாழ்க்கையோடு இணைந்த கலை நயத்துடன் காட்டப் பெறுகின்றன என்பது காணலாம்.

"சோவரணும் போர்முடியத் தொல்லிலங்கை கட்டழிந்த
சேவகன் சீர்கேளாத செவி என்ன செவியே திருமால்
சீர்கேளாத செவி என்ன செவியே''

இங்கே திருமால் சிறப்பு, வணங்குபவர் மனதில் அவர் போர் வீரம் பற்றிய வியப்பாகக் கூறப்படுதல் காண்க. பெரிய புராணம் இயற்றிய சேக்கிழார் 'காலத்திற்கேற்ற கோலம்' போட்டவ ராயினும் கம்பரினும் தமிழ்க்கலைத்திறன் பேணியவர் எனலாம். சீதையை அன்னையாக்கிய பின் அன்னையாகப் புனைந்துரைக்கப் பல இடங்களில் கம்பர் தவறினர். ஆனால் சேக்கிழார் ஒரு தடவை ஒரு கருத்தை மேற்கொண்டபின் அந் நெறியிலேயே பழந் தமிழ்க் கவிஞர் போல் நிற்றல் காணலாம். வணக்கத்திற்குரிய பெண் பாவலர் அழகைக் கூறும்போதெல்லாம் காண்பவர் மனத்தில் எழும் தூய அழகுணர்ச்சியே குறிப்பிடப்படுகின்றது. 'கற்பகத்தின் கொம்பொப்பாள்'. 'காண்டகு நற்காட்சியினாள்' போன்ற தொடர்கள் அவர் அறிவுறுத்திறனுக்கும் கலைத் திறனுக்கும் எடுத்துக்காட்டாகும். ஆயினும் சங்ககாலக் கவிஞர் இக் கதைகளைப் படர்க்கைப் பாட்டில் நாடக முறையில் இன்னும் திறம்படக் கூறியிருப்பார் என்பது உறுதி.

5. முற்காலப் பிற்கால வாழ்க்கைப் போக்குகள்

பழைய சங்க நூல்களினின்றும் பிற்கால நூல்களினின்றும் அவ்வக் கால மக்கள் ஊண், உடை, நடை, எண்ணங்கள், சமயம், அரசியல், வாழ்க்கைப் பொருள்கள், கலையறிவு ஆகியவற்றைப் பற்றிய கருத்துக்களைத் தொகுப்பதானால் அப்போது நம் நாட்டின் சென்ற இரண்டாயிர ஆண்டுப் போக்கு முற்போக்கு அன்று, பெரிதும் பிற்போக்கு என்பதைக் காணலாம். பழங்காலத் தமிழரிடை உழவு, வாணிகம், போர், தொழில்கள் ஆகிய பலவும் ஒத்த சிறப்புடையவையாகவே குறிக்கப்படுகின்றன. காதலும் சமயமும் ஒருங்கே சிறப்பிக்கப்படுகின்றன. ஆனால் பிற்காலத்தார் உழவை உயர்த்தினர்; பிறவற்றுக்கு மதிப்புக் குறைத்தனர். தற்காலத்திலும் உழவை உயர்த்திக் கூறுவதுண்டு. ஆனால் இப்புகழுரை வெற்றுரை என்பதை உழவர் வாழ்வில் காணலாம். பெருநிலக் கிழவரை உயர்வுபடுத்திப் பயனடையும் முகப் புகழ்ச்சியேயன்றி இது வேறில்லை. வடமொழியில்- பிற்கால நூல்கள் உயர்வாகக் கொள்ளும் தெய்வீக மொழியில் - இந் நயவஞ்சகத்துக்கு இடமின்றி உழவர் உரிய இடத்தில் வாழ்க்கை வகுப்பில் (வருணத்தில்) நான்காம் இடத்தில் வைக்கப்பட்டனர். பிற்கால நூல்களில் இல்லறம் பசப்பிப் புகழப்பட்டது.

சங்க கால வாழ்வில் சமயம் வாழ்க்கையின் ஒரு பகுதி. பிற்கால வாழ்வில் வாழ்க்கை சமயத்தின் பகுதி. சங்க காலத்தில் சமய ஆராய்ச்சியும் கோட்பாடும் ஓர் அறிவுத்துறைப் பொழுதுபோக்கு. பிற்காலத்தில் அது பொதுமக்களைப் பிணிக்கும் இருப்புச் சட்ட மாக ஆகிவிட்டது.

சங்க காலத்தில் கல்வி அனைவர்க்கும் பொது; கற்றவர் பிறர்க்கு அறிவுரை கூறி உலகை நல்வழிப்படுத்த அதனைப் பயன்படுத்தினர். இதனாலேயே வேறெந் நாட்டிலும் காணாத

அளவு சங்கத் தமிழ்ப் புலவரிடையே பல்வேறு வகுப்பினரையும், தொழிலினரையும், பெண்பாலரையும் காண்கிறோம். தமிழில் காணப்படும் அளவு இன்றைய மேல் நாடுகளில்கூடப் பெண்பாலர் பெரும் புலவராயிருப்பதைக் காண்கிறோமில்லை. ஆனால் பிற்காலத்தில் கல்வி பெண்பாலர்க்குரியதன்று என்றாய் விட்ட டது. பெரிய புராண காலத்திலும் பெண்கள் சமயத்துறைத் தலைவராய் கல்விக்கு ஓரளவேனும் உரியராயிருந்தனர். ஆனால் வடமொழித் தோய்ப்பு கம்பராமாயண முதல் காணப்படுகிறது. சீதை முதலிய பெண்பாலர் சிறப்புக்களில் உடலழகு நாற்குண அழகு உண்டு; கல்வியழகு கிடையாது.பெரிய புராணம் சிவநெறி நூலாயினும் அதனைப் பின்பற்றும் சிவநெறியாளர், இன்றும் தம்மிடையே திலகவதியாரும் புனிதவதியாரும் பிறந்துவிடக் கூடாது என்று தவமிருக்கின்றனர் என்று கூறுதல் தகும்! திருமால் நெறியினரும் இன்று ஒரு நாச்சியார் பிறந்தால், அதாவது கவிபாடும் பெண் பிறந்தால் என் செய்வர் என்பதை நினைக்கவே தாளவில்லை!

சிலப்பதிகாரத்தில் கண்ட முத்தமிழ் பிற்காலத்தில் பெய ரளவில் மிகவும் போற்றப்பட்டுத்தான் வந்தது. ஆனால் ஒரு தமிழையன்றி மற்ற இரண்டு தமிழும் விலக்கப்பட்டு விட்டன.

தொல்காப்பிய கால இலக்கணம், தொல்காப்பியர் காலத்தில் இருந்த தமிழின் இலக்கணம். அதனைப் பயின்றால் அவர்காலத் தமிழ், அவர் தமிழ் என்று கருதிய மொழி எது என்று காணல் கூடும். ஆனால் பிற்கால இலக்கணங்கள் தொல்காப்பியம் போல் தமிழுக்காக எழுந்த இலக்கணங்கள் அல்ல, தொல்காப்பியத்தின் ஆவி வடிப்பு மட்டுமே. ஏதாவது புதுமை புகுத்தப்பட்டால், அது தமிழ் மொழியின் புதுமையன்று, தமிழர் கருத்துமன்று; பிற மொழியினின்று தமிழ்மீது சுமத்தப்பட்ட போலிச் சரக்குகள், அதுவும் தமிழரல்லாதார் புனைந்த சரக்குகள். இலக்கியமோ பெரும்பாலும் இம்மாய இலக்கணங்களுக்கான எடுத்துக்காட்டுகள்.

சிலப்பதிகார, புறநானூற்றுக் காலத் தமிழன், அவ்வந் நிலத்திற்கேற்ற உணவு, உடை கொண்டு வாழ்ந்தான். ஆனால் நகரங்களில் வகை வகையான உணவுகள், உடைகள்! வாணிகம் உலகெங்கும் பரந்தோங்கியிருந்தது. பிற நாட்டுச் சரக்குகள், கருத்துக்கள் வரவேற்கப்பட்டன. உண்மையான ஒப்பரவு (சமரசம்) தமிழனிடையே நிலவிற்று. ஆனால் அவன் ஒப்பரவு இக்காலத் தன்னிலை கெட்ட அடிமை ஒப்பரவு அல்ல. தற்பண்பு ஒழிப்பு மன்று, 'பிறர் தம் மத மேற்கொண்டு களையவே' என்ற நிலையிலுள்ள ஒப்புரவே. பிற நாடுகளின்மீது இன்றைய உவத்தலும் அவனுக்கில்லை; இன்றைய காய்தலும் அவனுக்கில்லை. அவன் ஆரியம் நன்று என்று கூறுவான்; ஆயின் தமிழ் இனிது என்பான். ஆரியப் பசப்புக்கும் கால் பிடிப்புக்கும் போகான்; பழிப்புக்கோ வேண்டுதல் ஏற்படவில்லை.

பிற்காலத் தமிழன் பிறமொழிப் பற்றால் தன் மொழி மீது கொண்ட நாணத்தை மறைத்தான்; பிறமொழி அறிவால் தன் மொழியறிவின்மையை மறைத்தான். பிறமொழி நடை, பிற மொழி எண்ணம், பிறமொழிப் பற்று மிகுந்தன. முற்காலத் தமிழனைப் போல் மனிதனுடன் மனிதன் என்ற முறையில் பிறருடன் ஊடாடாமல், நண்பனுடன் நண்பன் என்ற முறையில் கைகோத்த தோழமை கொள்ளாமல், நாயினம்போல் பசப்பித் தோழமையின் பேரால் அடிமையை வளர்த்தான். இதனாலேயே தான் உழைத்தும் உண்ணாது, தான் நெய்தும் உடுக்காது, தான் ஈட்டிய செல்வத்தைப் பிறர் காலடியில் வைத்துப் புழுக்கையும் இரவலனும் ஆனான்! தான் எடுத்த கோயிலில் தானே புக முடியாதவனாய், தான் வணங்கும் கடவுளுக்கே தான் அயலானாய் மாற்றானாய் அண்டமாட்டாதவனானான். தன்மொழி தனக்கு அயலாயிற்று; தன் இலக்கியமே தன்னைப் பழித்தது. அவனுக்குத் தன் நாடே பகை நாடாய், தன் விடுதலையே தனக்கு விலங்காயிற்று. ஆனால் இவ்வளவினும் மொழி மட்டும் அவனை விடவில்லை. அவன் மொழி எது வாயினும் சரி, அது தூய திராவிடமான தமிழாயினும் சரி, தூய்மையற்ற

திராவிட மொழிகளான தெலுங்கு, மலையாளம், கன்னடமாயினும் சரி, திராவிடக் கலப்பு ஏற்பட்டு விட்ட வடநாட்டுத் தாய்மொழிகளாயினும் சரி, எல்லாம் படிப்படியாகத் தாழ்ந்த மொழிகளே. வேண்டுமானால் தூய திராவிடமாகிய தமிழினும் இத் தூய்மையால் கெடாத பிற மொழிகள் உயர்வாகலாம். ஆனால் திராவிட வாடை படாததென்ற பெருமைக்கு இலக்கான வடமொழியாகிய தெய்வ மொழியை நோக்க அனைத்துமே இழிந்த மொழிகளே! அத்தெய்வ மொழியின் திராவிடச் சிதைவுகளான பாகதம் பாளிகள்கூட இழிந்தவையே வடமொழி நாடகங்களில் பணிமக்களும் (சூத்திரர் அல்லது தாசர்களும்) அவர்களுடனொத்தவரான பெண்பாலரும் வழங்குவதற்கே அவை உரிமையுடையவை.

தமிழ்நாடும், பிற திராவிட நாடுகளும், பிற இந்திய மொழி களும் கூட உண்மை நாட்டுப் பற்றுக்கு உறுதுணையாக வேண்டு மானால் திராவிடக் கலப்பற்ற ஆரியமாகத் (தவறாக)க் கொள்ளப் படும் வடமொழியைவிட, ஆரியக் கலப்பற்ற தமிழுக்கு உயர் மதிப்புத் தரவேண்டும் என்பது தேற்றம்.

6. தமிழும் தமிழரும்

ஒரு நாடு உலகை நோக்க அல்லது பிற நாடுகளைப் பார்க்கப் பெரிதாகவோ சிறிதாகவோ இருத்தல் கூடும். ஆனால் எந்த நாடும் அந்த நாட்டு மக்களுக்கு மிகச் சிறிதாகத் தோற்றும் அளவுக்குச் சிறுமையுடையதாகாது! உலகில் மிகச் சின்னஞ்சிறிய நாட்டிலும் அந்நாட்டின் மக்கள் தம் நாட்டைப் பொன்னெனப் போற்றாதிரர்.மொழியின் நிலையும் இதுவே. ஆனால் இந்தியப் பெருநிலப் பரப்பில் எங்கும் வாழ்ந்த தமிழ் மக்கள்- தம் மொழி, தம் இனம், தம் நாடு ஆகியவற்றின் பெயரைக்கூட ஏற்க நாணமடைந்து வந்திருக்கின்றனர். தமிழகத்திலும் உயர்வகுப்பார் என்று தம்மைக் கூறிக் கொள்பவர் பலர், தாம் தமிழர் அல்லர் ஆரியர் என்று கூறிக் கொள்ளவும், தம் பெயரைப் பிற மொழிகளில் கொண்டும் பிற நாட்டு மக்கள் ஒலிமுறை, சொற்கள், மொழிகள் ஆகியவை பேணியும், தமக்கு மேம்பாடு தேடுவாராயினர். அறிவூழியாகிய இவ்வூழியில் தம்மின மறுத்த பிற மொழியாளர்கூடத் தம் மொழியைப் பேணி மட்டும், அந்தோ, பிற மொழி பேசுதலும் எழுதுதலும் உயர்வென்று கொண்டு வயிற்றுக்காகத் தன் மதிப்பை விற்கும் நிலையிலிருக்கிறார்களே!

தமிழைப் புறக்கணிக்கும் இக்குறை ஒருபுறமிருக்க, வெறும் புகழ்ச்சியும் வீம்புமே உரைத்துச் செயலில் தமிழைப் பேணாத இன்னொரு கூட்டம் உண்டு. அவர்கள் பழமை பேணும் முறையில் தமிழில் எல்லாம் உண்டு, தமிழர் இனி முன்னேற வேண்டுவதில்லை என்ற கூறிக் கிணற்றுத் தவளைகளாய் காலம் போக்குவர். பொன் குடமேயாயினும் மாசற நீராட்டாவிடில் அழுக்கடைந்து ஒளி குன்றுமன்றோ? தமிழில் இயற்கை வளம் எவ்வளவு இருந்தாலும் முயற்சியும் வளர்ச்சியும் இல்லாவிட்டால் அது மங்கவே செய்யு மன்றோ? அத்தகைய நிலையை இன்று தமிழ் கண்டுவிட்டது!

சொல்வளமிக்க தமிழில் கலைச் சொற்கள் இல்லை என்ற குறை கூறப்பட்டு விட்டது. அறிவியல் துறைகளின் முற்போக்கில் தமிழ் பின்னடைந்து விட்டது. தாய் என்பதற்காக அன்பு காட்டலாம்; பாராட்டலாம். ஆனால் தாய் உடலுக்கு நோய் வந்தால் நோய் எம் தாயை யணுகாது என்று வாளாயிருத்தல் தகுமோ? குறையைக் குறையெனக் கூறி இடித்துரைக்க வேண்டுவதில்லை யாயினும், குறையென அறிந்து தீர்க்காவிடில் மக்கள் கடமை செய்தவ ராவரோ? ஆதலின் தமிழ்ப்பற்றும் அறிவும் கடமைப் பொறுப்பும் மிக்க தமிழ் இளைஞர், தமிழின் வளமும் குறையும் ஒப்ப அறிந்து அதனை வளர்த்தல் வேண்டும்.

"மெய்யுடை யொருவன் சொல மாட்டாமையால்
பொய் போலும்மே பொய் போலும்மே'

என்றும்,

"பொய்யுடை யொருவன் சொல்வன்மையினால்
மெய் போலும்மே மெய் போலும்மே"

என்றும் அதிவீரராமபாண்டியர் கூறுவதற்கிணங்க, வளமாகத் தோன்றுபவை குறையாகவும், குறையாகத் தோன்றுபவை வள மாகவும் இருத்தல் கூடும். ஆகவே தமிழின் உள்ளார்ந்த வளங்கள் யாவை, அதனை நலிவிக்கும் உள்ளார்ந்த குறைகள் எவையென ஆய்ந்தறிதல் இன்றியமையாதது.

தமிழ், தமிழகம், தமிழ்ப்பண்பு ஆகியவைபற்றி இன்று பழிப்பவர் மட்டுமேயன்றி புகழ்பவர்கள்கூட அதன் உள்ளார்ந்த மதிப்பையும் வளத்தையும் நன்கு உணர்வதில்லை! உலக மக்கள் நோக்கில், தமிழ் இன்னும் சிறுமைப்பட்டே காணப்படுகிறது. இதற்குக் காரணம் அவர்கள் தமிழின் இன்றைய நிலையையும் தமிழர் இன்றைய நிலையையும் கொண்டு அதனை மேற்போக்காக மதித்து விடுகின்றனர். இன்று உலகில் பெரும்பாலாகப் பேசப்படும் மொழிகள் ஆங்கிலம், சீனம், இந்தி, வங்கம் முதலியவை. தமிழ் பேசுவோர் தொகை இவற்றினும் மிகக்

குறைவு. பேசப்படும் இடமும் மிகக் குறுகிய இடம். எனவே, இந் நிலையிலுள்ள பல மொழிகளுடன் வைத்தே தமிழ் எண்ணப்படுகிறது. வழங்கா மொழியாகிய வடமொழி இம்முறையில் எண்ணப்படுவதில்லை! வரலாற்று முறையிலும் இலக்கியப் பண்பாட்டு முறையிலும் அதன் உயர்வு உணரப்படுவது இதற்குரிய காரணம். தமிழுக்கும் இத்தகைய உயர்பண்பாடு உண்டென்பதை, இன்றைய தமிழர் நிலையும் தமிழர் புறக்கணிப்பும்- திரையிட்டு மறைக்கின்றது. ஒருவேளை தமிழும் வடமொழி போல் வழங்காதிருப்பின் இவ் வுள்ளார்ந்த பண்புகள் மதிப்புப் பெறக்கூடும் என்றுகூடக் கூறலாம். ஆகவே, காய்தலுவத்தலின்றித் தம் மொழியில் கருதத் தூண்டும் தமிழ் இளைஞர்க்கும் பிறநாட்டு நல்லார்க்கும் தமிழின் வளம், தனிச் சிறப்புக்கள் ஆகியவைகளை அறிவியல் வரலாற்று முறைகளில் பிறழாது எடுத்துக்கூறுவது பயனுடையதாகும். அம் முறையில் தமிழகம், தமிழ் ஆகியவற்றின் சிறப்புக்களை முதலில் எடுத்துக் கூறுவோம்.

7. தமிழகத்தின் இன்றைய பண்டைய பரப்புகள்

தமிழகம் என்ற பெயர் இந்திய பெருநிலப் பரப்பில் தமிழ் வழங்கும் தனிப்பகுதிக்குச் சிறப்பாக வழங்கப்படுகிறது. இப் பகுதியின் இன்றைய எல்லை, பெரும்பாலும் எழுநூறு ஆண்டு களுக்கு முன் இயற்றப்பட்ட தமிழ் இலக்கண நூலான குறிக்கப்பட்ட எல்லையை ஒத்ததேயாகும். நன்னூலில் தமிழகத்தின் எல்லை "குணகடல் குமரி குடகம் வேங்கடம்" என்று கூறப்பட்டது. அதாவது கிழக்கே கீழ்க்கடல் அல்லது வங்கக் குடாக் கடல்; தெற்கே குமரி அல்லது கன்னியாகுமரி முனை! மேற்கே குடகம் அதாவது மேற்குமலை அல்லது மேற்குத் தொடர்ச்சி மலை; வடக்கே வேங்கடம் என்னும் திருப்பதி மலை ஆகியவற்றின் இடையிலுள்ள நாடு தமிழகம்.

தற்கால அரசியல் பிரிவுகளின்படி தமிழகப் பகுதி, சென்னை மாவட்டத்தின் இருபத்தாறு வட்டங்களுள் ஏறக்குறைய பதினொரு முழுவட்டங்களையும், தென்னிந்திய தனி அரசுகளில் (சமஸ்தானங்களில்) முழுத்தனியாக ஒன்றையும் உட்கொண்டது. வட்டங்கள் திருநெல்வேலி, இராமநாதபுரம், மதுரை (பாண்டி மண்டலம்), சேலம், கோயம்புத்தூர் (கொங்கு மண்டலம்), சென்னை, செங்கற் பட்டு, வட ஆர்க்காடு(தொண்டை மண்டலம்) ஆகியவை. தமிழ்த் தனியரசு புதுக்கோட்டை. இவ்வெல்லைக்கப்பால், திருவிதாங்கூர்த் தனியரசின் பரப்பில் கிட்டத்தட்ட ஒரு பாதியிலும் (மக்கள் தொகையில் மூன்றில் ஒரு பங்கு), சிறுபான்மையாக நீலகிரி வட்டத்திலும், நெல்லூர் வட்டத்திலும் தமிழ் பேசப்படுகிறது.

இந்திய பெருநிலப் பரப்புக்கு வெளியேயும் தமிழ் பேசப்படும் இடங்கள் உண்டு. இவற்றுள் பழமையும் தலைமையும் உடைய பகுதி யாழ்ப்பாணத்தை உள்ளடக்கிய வட இலங்கைப் பகுதியே. நில இயல் முறைப்படி, இது இந்தியப் பரப்பிலிருந்து துண்டுபட்டுக் கிடந்தாலும்,

பண்பாட்டு முறைப்படிப்பார்த்தால் இது உண்மையில் தமிழகத்தின் ஒரு பகுதியே ஆகும். இங்குள்ளோர் இந்தியாவினின்று குடியேறியவர் என்று அடிக்கடிக் கூறப்படுவ துண்டு; இது தவறு. பல காலங்களில் தொழில் காரணமாகவும், ஆட்சிநிலை காரணமாகவும் மற்றத் தமிழகத்தார் இப்பகுதியில் குடியேறியது உண்மையே ஆயினும், அந் நாட்டு மக்கள் தொன்று தொட்டே தமிழர் ஆதலால் அக் குடியேற்றம், தமிழகத்தின் ஒரு பகுதியிலுள்ளார் இன்னொரு பகுதியில் குடியேறுவது போன்றதேயன்றி வேறன்று. எனவே, நிற இயலை விடுத்துப் பண்பாட்டை அடிப்படையாகக் கொண்டு தமிழகத்தின் விரிந்த எல்லையைக் கூறுவதானால், வட இலங்கையும் அதனுட் சேர வேண்டுவதேயாகும். ஆயினும், தமிழகம் எனும் பெயர் இந்தியப் பரப்பின் தமிழ் நிலத்திற்கே பெரிதும் வழங்கப் பெறுவதால், இரண்டும் சேர்ந்த பகுதியைப் பெருந்தமிழகம் என்று கூறுதல் பொருத்தமாகும். இப்பெருந் தமிழகத்திலேயே திருவாங்கூரின் உள்மண்டிலங்களில்- திருவனந்தபுரம் மண்டிலத்தின் தென்பகுதியாகிய தோவாளை, அகத்தீசுரம், இரணியல், கற்குளம், விளவங்கோடு ஆகிய ஐந்து கூற்றங்களும்; கிழக்கில் செங்கோட்டைக் கூற்றமும், வடகிழக்கில் தேவிகுளம் மண்டிலத்தைச் சேர்ந்த தேவிகுளம், பீர்மேட்டுக் கூற்றங்களும் சேர்க்கப்பட வேண்டியவையாகும்.

இவற்றையன்றி, அரசியல் காரணமாகவும், வரலாற்றுக் கால உறவுகள் காரணமாகவும், பிழைப்புக் காரணமாகவும் கடல் கடந்த நாடுகள் பலவற்றில் தமிழர் பெரும்பான்மையினராகவும், சிறுபான்மையினராகவும் சென்று தங்கித் தமிழ் பேணி வருகின்றனர். இவற்றுள் பர்மா, மலாய், சிங்கப்பூர் (கிழக்கு ஆசியா); தென் ஆப்பிரிக்கா, கிழக்காப்பிரிக்கா, மோரீஸ் தீவு (ஆப்பிரிக்கா); பிரிட்டிஷ் கயானா, மேற்கிந்திய தீவுகளான ஜமைக்கா போன்றவை (அமெரிக்கா), பசிபிக் தீவுகள் முதலிய பகுதிகள்- விதந்தோதத் தக்கவை. இவையனைத்தையும் சேர்த்துக் கடல் கடந்த

தமிழகம் என்றும்; பெருந்தமிழகத்துடன் சேர அனைத்தையும் ஒருங்கே மாபெருந்தமிழகம் அல்லது தமிழ் உலகம் என்றும் கூறலாம்.

தமிழகத்தில் தமிழர் எண்ணிக்கை, கிட்டத்தட்ட இரண் டரைக் கோடி, திருவாங்கூர்த் தனியரசில் ஏறக்குறைய இருபது இலக்கமும் (20, 00, 000), வட இலங்கையில் இருபது இலக்கமும் (20, 00, 000), கடல் கடந்த நாடுகளில் மொத்தமாக அறுபது இலக்கமும் (60, 00, 000) ஆக மாபெருந் தமிழகம் அல்லது தமிழ் உலகில் தமிழ் பேசுவோர் மொத்தத்தொகை மூன்றரைக் கோடி (3, 50, 00, 000) ஆகும்.

பழந்தமிழகம் இன்றைய தமிழகத்தினும் விரிவுடைய தாயிருந்திருக்க வேண்டும் என்பதில் ஐயமில்லை. இன்றைய தமிழ் நாட்டின் நாலு மண்டிலங்களாகிய பாண்டிமண்டிலம், சோழ மண்டிலம், தொண்டைமண்டிலம், கொங்கு மண்டிலம் ஆகிய வற்றுள், தொண்டை மண்டிலமும் பிற மண்டிலங்களுடன் அவ்வக் காலங்களில் ஆட்சி வகையில் ஒன்றுபட்ட உட் பகுதியேயாகும். மற்ற இரண்டு மண்டிலங்களே தொன்று தொட்டுத் தனி மண்டிலங் களாகத் தனி யரசாட்சியுடை யவையாய் இருந்தன. ஆனால் இவற்றுடன் ஒப்ப மூன்றாவதாகக் கருதப்பட்ட அரசே சேர அரசு; அது இன்றைய மலையாள நாட்டைக் குறிப்பது. இதிலிருந்து இன்று தமிழகத்துக்குப் புறம்பாகக் கருதப்படும் மலையாள நாட்டுப் பகுதி, வரலாற்றுக் காலத்திலேயே (1000 ஆண்டுகட்கு முன் வரை) தமிழ் நாட்டின் தனிச்சிறப்பு வாய்ந்த பகுதிகளுள் ஒன்றாகக் கருதப்பட்டு வந்ததென்பது தெளிவு. இன்று மலையாள நாட்டுப் பகுதியில் ஆளும் கொச்சி அரசர் தம்மைப் பழந்தமிழ் சேர அரசனின் வழித்தோன்றல் என்றே கொள்கின்றார். திருவாங்கூர் அரசர்கூடச் சங்ககாலத்தின் கடை எழுவள்ளல்களுள் ஒருவனான ஆய் அண்டிரன் வழிவந்தவரெனவே, அண்மையில் பல ஆராய்ச்சி யாளர் நிறுவுகின்றனர்'. இவை மட்டுமின்றித் தமிழின் மிகச்சிறந்த இலக்கியக் களஞ்சியமான சிலப்பதிகாரத்தின் ஆசிரியர் இளங்கோவடிகள் சேரப்

பேரரசன் செங்குட்டுவன் இளவலேயாவர். அந்நூலில் செங்குட்டுவன் தமிழரசன் என்பது மட்டுமன்று, அவன் தமிழரைப் புறக்கணித்துப் பேசிய வட அரசரை அடக்கி வட நாட்டில் தமிழ்ப் பெருமையை நாட்டியவனென்றும் கூறப்படுகிறது.போக பதிற்றுப் பத்து என்ற நூல் முழுவதுமே சேர அரசரைப் பாடுவது. எனவே *1000* ஆண்டுகட்கு முந்திய பழந்தமிழகம் மலையாள நாட்டையும் உள்ளடக்கி மேல்கடல் கீழ்கடல்களையே எல்லையாகக் கொண்டு வடவேங்கடம் வரை பரவியிருந்த தென்பது பெறலாம். இதனாலேயே நன்னூலுக்கு முந்திய தமிழ் இலக்கண நூல் களெல்லாம் தமிழகத்தின் எல்லை கூறுகையில் மேற்கெல்லை குடகம் அல்லது குடகுமலை என்று கூறலாம், கட்களையே மேல்கீழ் எல்லைகளாகக் கொண்டன."வடவேங்கடம் தென்குமரி ஆயிடைத் தமிழ்கூறு நல்லுலகத்து'' என்ற தொல்காப்பியப் பாயிரச் செய்யுளில் வடதென் எல்லைகள் மட்டுமே கூறப்பட்டது காண்க.

8. கடல்கொண்ட தமிழகப் பகுதி அல்லது குமரிக்கண்டம்

மேலும் சிலப்பதிகாரத்திலும் தொல்காப்பியத்திலும் தமிழ் நாட்டின் எல்லையைக் குறிப்பிடும்போது, தென் எல்லையாகக் கூறப்படும் குமரியை உரையாசிரியர்கள் குமரிமுனை என்று கொள்ளாமல் குமரி ஆறு எனக் கொண்டனர். சிலப்பதிகார நூலிலும் பிற இடங்களில் வரும் செய்திகளால் குமரி என்பது ஒரு மலைக்கும் ஒரு ஆற்றுக்கும் அவற்றைச் சார்ந்த நாட்டுக்கும் பெயர்களாம் என்று அறிகிறோம். இவற்றாலும் பிற நூற் குறிப்பு களாலும் இன்றைய குமரி முனைக்கு நெடுந்தொலைவரை நிலம் பரந்திருந்ததென்றும், முதலிய மலைகளும் குமரியாறு, பஃறுளியாறு முதலிய ஆறுகளும்; குமரிநாடு, முன் பாலைநாடு, பின் பாலைநாடு முதலிய நாடுகளும் இருந்தன என்று கேள்வியுறுகிறோம்

இக் கூற்றுக்களை வெறும் கற்பனைக் கூற்றுக்கள் என்று சிலரும், மிகைப்பட்ட கூற்றுக்கள் என்று சிலரும் தட்டிக்கழிக்கப் பார்க்கின்றனர். ஆனால் பழைய நூல்களின் குறிப்புக்கள் பல்வேறிடத்தும் ஒருமுகப்பட்டு இதனை வலியுறுத்துகின்றன. புறநானூற்றின் பாட்டு ஒன்றில் ஓர் அரசனுக்கு வாழ்த்துக் கூறப்படும் இடத்தில் ஒரு புலவர், “நின் வாழ்நாள் நன்னீர்ப் பஃறுளி மணலினும் பலவே” ஆகுக என வாழ்த்துகின்றனர். பஃறுளியாறு குமரி ஆறுபோல் இயற்கையாறு அன்று, வெட்டப்பட்ட ஆறு என்றும், அதை வெட்டிய அரசன் இன்னான் என்றும் கூறி, அவனைச் சிறப்பிக்கும் பாடலும் ஒன்று உள்ளது. இவற்றால் இவ்வாறுகள், மலைகள், நாடுகள் வரலாற்றில் இடம் பெற்ற உண்மைச் செய்திகளேயன்றிக் கற்பனைகளோ மிகைக் கூற்றுகளோ அல்ல என்பது உறுதி. மேலும் கற்பனையும் மிகைக் கூற்றும் சீவக சிந்தாமணி, கம்பராமாணயம் முதலிய நூல்கள் காலத்திற்கும் பிற்பட்ட காலத்திற்கும் உரிய இலக்கியத்தின் இயல்பேயன்றிச் சங்க கால இலக்கியத்தின் இயல்பு அன்று! பழந்தமிழ் இலக்கியம், தற்கால மேலை

நாட்டிலக்கியத்தினும் வாய்மையும் இயற்கையுடனொத்த சிறப்பும் பொருந்திய தென்பதை அதனை மேற்போக்காகக் கற்பவரும் காணாதிரார்.

இன்று நாம் சங்க இலக்கியம் என்ற பெயரால் உணரும் நூல்கள் பத்துப்பாட்டு, எட்டுத்தொகை, பதினெண் கீழ்க்கணக்கு என்ற வகைகளுக்குட்பட்ட தொகை நூல்களேயாகும். இவற்றுள் தமிழர் பொதுமறைகளான திருக்குறளும் நாலடியும் அடங்கும். அகச் சான்று புறச்சான்றுகளுதவியால் சிலப்பதிகாரம், மணிமேகலை ஆகிய இரண்டு தமிழ்க் காப்பியங்களும் இக் காலத்தவையே என்று கூறலாகும். இந் நூல்கள் எழுவதற்குக் காரணமான சங்கத்தை தமிழ் மரபு, கடைச்சங்கம் என்று கூறுகின்றது. இச் சங்கத்துக்கு முன்பே தலைச்சங்கம், இடைச்சங்கம் என இரு சங்கங்கள் இருந்தன என்று இறையனார் அகப்பொருள் என்ற நூலின் உரை கூறும். பிற உரையாசிரியர்களும் இக் கூற்றை ஏற்று அதன்வழி நின்றனர். அண்மையில் குமரிநாடு முதலிய தென் கடற்பகுதிகளின் வாய் மையை ஐயுறுவோர், இச் சங்க வாழ்வையும் ஐயுறவும் மறுக்கவும் செய்வதுண்டு. ஆயினும் தமிழ் மரபுக்கும் ஒருசார்பற்ற ஆராய்ச்சிக்கும் ஒத்த முடிவுகள் இவ் விரண்டையும் வலியுறுத்துபவையே யாகும். கடைச்சங்கம் இருந்ததாகக் கூறப்படுவது பாண்டியன்

பாண்டியன் பின்நாளைய தலைநகரமாகிய மதுரையிலேயே. வரலாற்றுக் காலங்களிலேயே மதுரைக்கு முற்பட்டுக் கொற்கை, பாண்டியன் தலைநகராயிருந் ததாக அறிகிறோம். கொற்கைக்கு முற்பட்ட தலைநகர் மணலூர் என்றும், அதனினும் முற்பட்டு இடைச்சங்க காலத்தில் கபாட புரமும், தலைச்சங்க காலத்தில் குமரிக் கரையிலுள்ள தென் மதுரையும் தலைநகர்களாகவிருந்தனவென்று உரையாசிரியர்கள் குறிக்கின்றனர். இக் கூற்றுக்களுடன் வடமொழி பாரத ராமாயண நூல் குறிப்புக்கள் முற்றிலும் பொருத்த முடையவையாயிருக் கின்றன. பாரதத்தில் பாண்டியன் தலைநகர் மணலூர் (மணவூர்) என்றும், இராமாயணத்தில் அவன் தலைநகர் கபாடபுரம் என்று கூறப்படுகின்றது.

தற்காலச் செடியியலும் *(Botany)*, விலங்கியலும் *(zoology)*, நிலத்தோற்ற இயலும் *(Geology)*, ஒருங்கே தென்கடற்பகுதி முன் தென்னாட்டுடன் சேர்ந்த ஒரு பெருநிலப்பரப்பாயிருந்ததென்றும் பல்லாயிர ஆண்டுகளாகப் படிப்படியாகக் கடலுள் ஆழ்ந்து அப்பகுதி தென்னாடாயிற் றென்றும் கூறுகின்றன. இப்பெரு நிலம் பல கடல் கோள்களால் படிப்படியாக அமிழ்ந்த செய்தி தமிழ் நூல்களில் குறிக்கப்படுவதுடன், வடநாட்டுப் புராணங் களிலும் குறிக்கப்படுகின்றன. அறிவியலாராய்ச்சியும் இதனைக் கணக்கிட்டு, இன்ன காலத்தவை என்று அறுதியிடுவதால் இச் செய்தி ஒரு சார்பற்றவர் அனைவர்க்கும் ஒப்பமுடிந்த முடிபேயாகும் என்னலாம்.

இவ்வாறு பழந்தமிழகம் மலையாள நாட்டில் மட்டுமன்றித் தென்கடற் பகுதியிலும் பரவியிருந்தது என்று காணலாம். இன்றைய வட இலங்கைப்பகுதி இன்று கடலால் தமிழகத்தி லிருந்து பிரிக்கப் பட்டிருப்பினும், உண்மையில் முன்காலத்தில் (இராமாயண காலத்துக்கு முன்) தமிழகத்துடன் தொடர்ந்த ஒரு பகுதியேயாயிருத்தல் வேண்டும் என்று கூறலாம்.

9. திராவிடமும் இந்திய பெருநிலப்பரப்பும்

உலகின் நாகரிக வளர்ச்சியில் ஓரிரண்டாயிரம் ஆண்டு களாகத் தமிழ் பெரிதும் தனித்துப் பிரிந்து நின்றே வருகிறது. இத் தனி வாழ்வின் காரணமாக இக் காலத்திற்குள்ளேயே பழந்தமிழ் நாட்டின் ஒரு பகுதியான மலையாள நாடும் அதன் மொழியும் தனி மொழியாகவும் நாடாகவும் பிரிந்தன. வரலாற்றிற்கு முந்திய (தொல்காப்பியத்துக்கு முற்பட்ட) காலத்தில் இதுபோலவே வேறு நாடுகளும் பிரிந்திருக்க வேண்டும் என்று எண்ண இடமில்லாமலில்லை. ஏனெனில் கன்னடம், துளு, குடகம் முதலிய மொழிகளும் தெலுங்கு மொழியும் இன்று தனி மொழிகளாயினும், தமிழுடன் மிக நெருங்கிய தொடர்புடைய மொழிகள் என்பதைக் கால்டுவெல் முதலிய ஆராய்ச்சியாளர் நிலைநாட்டியுள்ளனர். இவற்றில் பெருவரவாகப் புகுந்த வடசொற்கள் இவையனைத்திற்கும், வட நாட்டுத் தாய்மொழி களுக்கு, வடமொழிக்கும் பொதுவானவை, ஆதலால் அவை இம்மொழிகளுக்கு (திராவிட) உரியவை என்பது தெளிவு. அச் சொற்கள் நீக்கி அம்மொழியின் தனிச்சொற்களை ஆராய்ந்தால் அவை அனைத்தும் தமிழின் வேர்ச் சொற்களுடனும் (முதற்பகுதி களுடனும்) இலக்கண அமைதிகளுடனும் பெரிதும் ஒத்திருப்பது காணலாம். இவ் வொற்றுமையால் இவையனைத்தும் தமிழின் திரிபுகள் என்று கொள்வது சற்று மிகைபட்ட விரைந்த முடிபு ஆகும் என்பது உண்மையாயினும், இவையனைத்தும் ஒரே மூலமொழியின் திரிபுகள் என்று கொள்வது பொருத்தமுடைய தென்பதில் ஐயமில்லை. இவை யனைத்தையும் சேர்த்து ஒருங்கே குறிக்க இப்போது 'திராவிட' என்ற சொல் வழங்கப்படுகிறது.

வடமொழி வழக்கில் திராவிடம் என்ற சொல் தனிப்படத் தமிழைக் குறிக்கவே வழங்கிய சொல் ஆகும். சிவஞான முனிவர், சிவஞான போதத்துக்கு எழுதிய தமிழ்ப் பேருரை

திராவிட மாபாடியம் (த்ராவிட மஹா பாஷ்யம்) என்றும், ஆழ்வார்கள் நாலாயிரமும் தேவார திருவாசகமும் முறையே திருமால் நெறி யினராலும், சிவநெறியினராலும் திராவிட வேதம் என்றும் கூறப்படுதல் காண்க. இதுபோல் மலையாளம் கேரளம் என்றும், கன்னடம் கர்நாடகம் என்றும், தெலுங்கு ஆந்திரம் என்றும் வழங்கும். ஆயிரம் ஆண்டுகட்கு முன் தென்னாட்டு மொழிகளைப் பற்றிக் கூறிய வடமொழி அறிஞரான குமாரில பட்டர் தென்னாட்டு மொழிகளாகத் திராவிட ஆந்திரம் என்ற இரண்டு மொழிகளையே குறிக்கிறார். இதிலிருந்து அக் காலத்தில் மலையாளம் கன்னடம் முதலிய மொழிகள் தனி மொழிகளாகப் பிரியாது கொடுந்தமிழ் நிலையிலேயே இருந்தனவென்று காணலாம். முற்கால கன்னட (பழ அல்லது ஹள கன்னட) நூல்களும், முற்கால மலையாள (பச்ச மலையாள) நூல்களும் இதற்கேற்ப வட எழுத்துக் கூட எழாத தமிழ் நடையிலேயே எழுதப்பட்டிருந்தன. கால்டுவெல் முதலிய மொழி நூலாராய்ச்சி யாளரும் மலையாளம் கன்னடம் துளுவம் குடகம் முதலிய மொழிகள் தெலுங்கைவிடத் தமிழையே பெரிதும் ஒத்திருந்ததால், அவை திராவிட இனத்தில் தமிழ்க்குழுவைச் சார்ந்தவை என்றே கூறுகிறார்கள்.

திராவிட இனமொழிகளுள் தமிழினின்று நெடுந்தொலை பிரிந்து விட்ட மொழி தெலுங்கேயாகும். தற்கால வடமொழி அடிமைப் பற்றின் காரணமாகப் பலர் தெலுங்கை வடமெழிச் சிதைவென்று கூடச் சாதிக்க முயன்றனர். அறிவியலூழியாகிய இந்நாளில் இது கானல் நீரென உருக்குலைந்து போயிற்று. மேலும் தெலுங்கு நாட்டுக்கும் அப்பால் வங்க நாட்டிலும், நடு இந்திய மாவட்டத்திலும் உள்ள திருந்தாத் திராவிட இன மொழிகள், தெலுங்கை விடத் தமிழையே பெரிதும் ஒத்திருக்கின்றன. வட மேற்கிந்தியாவிலுள்ள பலூச்சி மொழியும் இவ்வாறே. எனவே மொழியாராய்ச்சி முன்னேற முன்னேற, திராவிடமொழிகளுள் தமிழ் நீங்கலாக மற்ற எல்லா மொழிகளை யும்விடப் பழமை மிக்கதாகத் தெரியவருகின்ற இத் தெலுங்கும், மிகத் தொன்மையான

(தொல்காப்பியத்துக்கும் முந்திய) காலத்தில் தமிழினின்று பிரிந்து தனிப்பட வளர்ச்சியுற்றுத் தனிமொழியான ஒரு கொடுந்தமிழ் மொழியே யென்பது இன்னும் தெளிவாக விளங்கக்கூடும்.

வருங்கால ஆராய்ச்சியாரால் திராவிட மொழிகளில் திருந்திய திராவிட மொழிகளான தமிழ், மலையாளம், கன்னடம், துளு, குடகம், தெலுங்கு முதலியவைகள் பேசப்படும் இந்தியப் பகுதியைப் பண்பாட்டு முறைப்படி திராவிடநாடு அல்லது பழம் பெருந் தமிழ்நாடு என்று கூறலாம். இது கிட்டத்தட்ட இன்றைய சென்னை மாவட்டத்தையும், திருவாங்கூர், கொச்சி, புதுக்கோட்டை, மைசூர் முதலிய தனியரசுகளையும், பம்பாய் மாகாணம், ஐதராபாத் தனியரசு ஆகியவற்றின் பகுதிகளையும் உள்ளடக்கியதாகும்.

திராவிட நாட்டுக்கு வடக்கில், வட இந்தியப் பகுதிகளிலும் மேல்கீழ் எல்லைக்கோடு வரை தனித்தனித் தீவுகளாகப் பழங்குடி மக்கள் இன்னும் தங்கித் திருந்தா நிலையிலுள்ள திராவிட மொழிகள் பேசி வருகின்றனர். இவையும் இமயமலை அடிவாரத்திலுள்ள காஷ்மீரி, நேபாளி, பூட்டானி முதலிய மொழிகளும் வட நாட்டினரால் முற்றிலும் அயல் மொழிகள் என்ற முறையில் ‘பேய் மொழிகள்' (பிசாசு பாஷா) என்று கூறப்பட்டன. இவைகூட ஒரு காலத்தில் மிகத் திருந்திய நிலையிலிருந்தன என்று கொள்ளக் கூடும். ஏனெனில் வடமொழியில் இன்று ‘ப்ருகத்கதா, கதா சரித் சாகரம், பஞ்ச தந்திரம்', தமிழில் ‘பெருங்கதை’ பாரதிதாசன் ‘புரட்சிக்கவி’ ஆகிய பரந்த இலக்கியத் துறைக்கு முதனூலாகக் கருதப்படும் பில்கண மாகவிஞரின் பிருகத் காவியம் பேய் மொழிகளுள் ஒன்றிலேயே முதலில் எழுதப்பட்டதாம்!

'திராவிடநாடு' எனச் சிறப்பாகக் குறிக்கப்படும் இந்தியத் தீவக்குறைக்கு (Peninsula) அப்பாலுள்ள சிந்து கங்கைப்பகுதி, ஆரிய இனம், ஆரிய மொழி, ஆரியப் பண்பாடு ஆகியவற்றுக்கு நிலைக்களமாக, ஆரியாவர்த்தம் என வட

நாட்டாரால் கொள்ளப்பட்டு வந்திருக்கிறது. ஆயினும், இவற்றிலும் திராவிடப் பண்பாடு மிகுந்தும் குறைந்தும் கலந்துள்ளது என்பதை வரலாற்று அறிஞரும் மொழியாராய்ச்சி வல்லுநரும் இப்போது ஒத்துக்கொண்டும் எடுத்துக்காட்டியும் வருகின்றனர். மராத்தியும், ஒரியாவும் சிறப்பாகத் தெலுங்குப் பண்பாடு கலந்தவை என்றும்; பிற வட இந்தியத் தாய் மொழிகளிலும் வட மொழியினும் பழம் பாகதம், பாளி ஆகியவற்றிலும், பழைய வேத சொற்களும் திராவிட இலக்கிய அமைதிகளும் மலிந்து காணப்படுகின்றன என்றும் பாண்டர்கார், முக்கர்ஜி முதலிய வடநாட்டறிஞரும், மாக்டானல், கிரியர்ஸன் போன்ற மேனாட்டறிஞரும் விளக்கியுள்ளனர். இருக்கு வேதத்திலேயே தெளிந்த திராவிட வேர்ச்சொற்கள் 11-க்கு மேல் காணப்படுகின்றன என்று பாண்டர்கார் கூறுகின்றார்! இவற்றைத் தெலுங்கு மொழியாராய்ச்சியாளர் முதற்கொண்டு மேற்கொண்டுள்ளனர்.

எனவே, தமிழ்மொழியும் பண்பாடும் தமிழகத்துக்கும் திராவிடத்துக்கும் சிறப்புரிமையானவையாயினும், இந்தியா முழுமைக்குமே பழம்பரப்புக் காரணமாகப் பொது உரிமை உடையவை என்பது தெளிவு. அண்மையில் கண்டெடுக்கப்பட்ட மொகஞ்சதாரோ, ஹரப்பாப் புதைபொருள்களின் ஆராய்ச்சியால் இவ்வுண்மைகள் இந்திய நாட்டுப் பழமை ஆராய்ச்சிக்கு உயிர் நிலையான செய்திகள் என்பது வலியுறுத்தப்படுகிறது. சிந்து வெளிநாகரிகத்தின் முழு விவரமும் இன்னும் தெளிவுபடுத்தப்பட வில்லை. எனவே இன்றைக்கு 6000 ஆண்டுகட்கு முற்பட்ட தமிழக நிலையைப் பற்றி அவற்றின் மூலம் அறியப்படக் கூடும் உண்மைகள் அறுதியிட்டுக் கூறுமாறில்லை, ஆயினும் இன்று ஆரிய நாகரிகம் என்று கொள்ளப்படும் சமய, அறிவியல், கலைக் களஞ்சியங்கள் அத்தனையிலும், முற்றிலுமன்றாயினும், மிகப் பெரும் பகுதியேனும் தமிழர்க்கும் திராவிடர்க்கும் உரிய முதலுரிமையே என்பது பெறப்படும்.

10. தமிழகமும் இந்திய வரலாற்றாசிரியரும்

இந்தியப் பெருநிலப் பரப்பின் வரலாறு எழுதுவோர் தென் இந்தியாவை, இந்தியாவில் ஒரு பகுதி, அதுவும் தனித்துப் பிரிந்து நிற்கும் ஒரு சிறு பகுதி என்று கொண்டு அவ்வளவிலேயே அதில் கவனம் செலுத்துகின்றனர். இந்தியப் பரப்பின் மிகப்பழைய மொழியும் இலக்கியமும், மிகப்பழைய பண்பாடுகளும், சமய நெறிகளும் தோற்றுவித்த இந்தியப் பரப்பின் உயர்நிலை அது என்பதை அவர்கள் உணர்வதில்லை. பல சமயங்கள், மொழிகள், பழக்க வழக்கங்கள், அரசியல் முறைகள் நிறைந்து ஒரு கண்டமோ அல்லது ஒரு குட்டி உலகமோ என்று கொள்ளத்தக்க இப் பரப்பில், உண்மையில் ஒற்றுமையும் வளர்ச்சியும் காண விழைவோர் அவ் வகையில் வடநாட்டைத் தேடிப் பயனில்லை. அத்தகைய ஒருமைப் பாட்டிற்கான அடிப்படை உண்மை, தமிழகத்தின் பண்பாடேயாகும்.

இன்று இந்தியாவில் பெரும்பான்மையாகக் காணப்படும் உடல் அமைப்பும் முக வெட்டும், தென் இந்தியர் உடலமைப் பையும் முகவெட்டையுமே ஒத்திருக்கின்றன. இந்தியாவுக்குச் சிறப்பான கலைகள் சிற்பம், ஓவியம், குழைவுக்கலை *(Sculpture)*, இசை, நாட்டியம், நாடகம் முதலியவை யாவும் திராவிட அடிப்படையே யுடையவை.

இன்றும் திராவிட நாட்டிலும் சிறப்பாகத் தமிழ் நாட்டிலுமே அவை பெருவழக்காயுள்ளன. வடமொழி, பாகத, பாளி மொழிகளில் கூடப் பெரும்பகுதி தென் இந்தியக் திராவிடராலும் வட இந்தியாவில் ஆரியருடம் கலந்த திராவிடராலும் ஏற்பட்டவையே.

சமய வகையில் வடநாட்டிற்கு அன்பு நெறியே (பக்தி மார்க்கத்தை)ப் புகட்டியது தென் நாடே. அறிவு நெறியில் இந்தியாவில் தலைமை வகிக்கும் நெறிகள் நான்கனுள் மூன்று

தமிழகத்திலேயே தோன்றியவை. அவை, சங்கரர் மாயாவாத அல்லது கேவல அத்துவித நெறி,சிவநெறி அல்லது சுத்த அத்துவித நெறி, இராமானுசர் திருமால் நெறி அல்லது விசிட்ட அத்துவித நெறி ஆகியவை. மீந்த ஒன்றாகிய மாத்துவர் துவித நெறி கூடக் கன்னட நாட்டில் தோன்றியது.மேலும் இவற்றுக்கு ஆதாரமான உபநிடதங்களும், சமண புத்த நெறிகளும் வடநாட்டில் எழுந்தவையாயினும், வடநாட்டுத் திராவிடரான அரசர் வழியினரால் (சத்திரியரால்) தோற்றுவிக்கப்பட்டவையே.

வடமொழி கூடத் தூய்மைமிக்க சிந்துவெளி ஆரியரால் தோற்றுவிக்கப்பட்டதன்று. திராவிட மயமான கங்கை 'ஆரியரால்' தோற்றுவிக்கப்பட்டது. சமய நெறியைப் போலவே மொழி வகையிலும் இலக்கிய வகையிலும் வடமொழி வளர்ச்சி பெரிதும் தமிழ் வளர்ச்சியைப் பின்பற்றிய தென்பது எக்காரணம் கொண்டோ இன்னும் ஆராய்ச்சியாளர் கவனத்தை ஈர்க்க வில்லை! தமிழிலக்கியத்தின் காலவரையறை நெடுநாட் பிழைபட்டு உரைக்கப்பட்டிருந்தே இதற்குக் காரணமாகும். வடமொழியில் தமிழைப் பின்பற்றியே பாட்டில் எதுகை, மோனை, ஓரெழுத்து மோனை ஆகியவை பிற்காலத்தில் மலிந்தன. சமய இலக்கியங்கள், கலை இலக்கியங்கள் பலவும், அறிவியல் துறைகள் பலவும் தமிழிலிருந்தே, அழிந்துபோன வடநாட்டுத் திராவிட மொழி இலக்கியங்களி லிருந்தோ மொழி பெயர்க்கப்பட்டவையேயாகும்.

இவ்வுண்மையை ஒரே காலத்துள்ள வடமொழி தென்மொழி இலக்கியங்களை ஒப்பிட்டுப் பார்ப்பதாலும், பிற ஆரிய இனங்களின் வரலாறுகளைத் துருவி ஒப்பிடுவதாலும் அறியலாம். ஆரியர் தனி நாகரிகம், ஆரியர் பிற மக்களுடன் (சிறப்பாக நாகரிக மிக்க திராவிட செமித்திய மக்களுடன்) கலவாத இடத்தில் அவர்களி டையே காணப்படும் நாகரிக மட்டுமேயாகும். நாகரிகத்தில் இந்திய, கிரேக்க, ரோம ஆரியர் மட்டுமே முன்னேறினர் என்பதன் காரணம், பிற ஆரிய மக்களைவிட அவர்கள், திராவிட செமித்திய இனத்தவருடன்

நெருங்கிய உறவு கொண்டனர் என்பதாலேயே, கிரீஸிலும் இத்தாலியிலும் ஆரிய நாகரிகம் எப்படி அந் நாட்டுப் பழங்குடிகளின் நாகரிகமாகுமோ, அதுபோல் இந்தியாவிலும் ஆரியர் நாகரிகம் உண்மை யில் தமிழர் அல்லது மற்றத் திராவிட வகுப்பார் நாகரித்தின் மறு பெயர்ப்பேயாகும்.

ஆரிய நாகரிகத்தில் நேரடியாகத் தமிழரிடமிருந்தே பகர்ந்து கொண்ட சில பகுதிகள் குறிக்கப்படுதல் நலம். வடமொழியில் ரஸம் பாவம் என்பவை பற்றிய கோட்பாடுகள் கி. பி. 9-வது நூற்றாண்டிலேயே எழுந்தன. தமிழில் தொல்காப்பியர் காலத்திலேயே மெய்ப்பாடுகள் ஆராய்ந்துணரப்பட்டன.எனவே வடமொழியாளரைவிட ஆயிரம் ஆண்டுகட்கு மேற்பட்ட பழங்காலத்திலேயே இக் கொள்கைகள் தமிழகத்தி லிருந்தன.

வட மொழி இலக்கணத்தில் எழுத்திலக்கணமும் சொல்லிலக் கணமும் மட்டுமே உண்டு. யாப்பும் அணியும் தனித்துறைகளாகப் பிற்காலத்தில் விரிக்கப்பட்டன. தமிழிலோ அவை தொன்று தொட்டுத் தொல்காப்பியத்துக்கு முந்தியகால முதற்கொண்டே இலக்கணத்தின் பகுதியாக அமைந்துள்ளன.மேலும் தமிழிலுள்ள பொருளிலக்கணம் இன்றுவரைகூட வட மொழியில் பகர்க்கப் படவில்லை. ஆயினும் முற்கால வட மொழிக் கவிஞரான பாஸன், காளிதாசன் போன்றவர்கள் தமிழ்த் திணைநெறி பிறழாது நூலியற்றியது, அவர்கள் உள்ளத்தில் தமிழ் இலக்கியப் பண்போ தமிழ் இலக்கண அறிவோ நன்கு வேரூன்றியிருக்க வேண்டும் என்பதைக் காட்டும்.

மேற்கூறியவற்றால் தமிழ், இந்தியத் தாய்மொழிகளுள் ஒன்று மட்டுமன்று; வடமொழியை ஒத்த சிறப்புடைய மொழி மட்டும் கூட அன்று; வடமொழியினும் வேறெம் மொழியினும் மேலாக இந்தியாவின் பண்டைப் பெரும் செம்மொழி என்று இந்தியர் யாவராலும் மேற்கொள்ளத்தக்கது. தமிழின் இந்நிலை அறியப் படாதது

தமிழுக்கும் தமிழருக்கும் மட்டுமன்றி, இந்தியாவுக்கும் உலகுக்குமே ஒரு பேரிழப்பு என்பதில் ஐயமில்லை!

11. உலக மொழிகளில் தமிழுக்குரிய இடம்

நிலப் பரப்பையோ மக்கள் தொகையையோ மட்டும் பார்த்தால் உலக மொழிகளிடையே தமிழுக்குத் தனிச்சிறப்புக் கூறுவதற்கில்லை. சீனமொழி 40 கோடி மக்களாலும், ஆங்கிலம் 22 கோடி மக்களாலும் பேசப்பட்டு வருகின்றன. மற்றும் பேரரசின் பரப்பினாலும் உலக வாணிக வளத்தாலும் ஆங்கிலம் முதன் மொழியாக நிலவுகிறது. இவற்றுடன் தமிழ் நிகராக எண்ணப் படுவதற்கில்லை.
ஆங்கிலத்துக்கடுத்தபடியாக இன்றைய உலக நாகரிக நிலையில் உயர்வுடைய பகுதியான மேலை ஐரோப்பாவின் மொழிகளான ஜெர்மனும், பிரஞ்சும், அறிவியல் கலைப் பரப்புக் காரணமாக ஆங்கிலத்துடன் சேர்த்துத் தற்கால முதன் மொழிகளாகக் கருதப்படுகின்றன. இந்தியப் பரப்பில்கூட உருது, இந்தி ஆகியவை கிட்டதட்ட 6 கோடி மக்களாலும் வங்காளி 5 கோடி மக்களாலும் பேசப்படுகின்றன.

தற்கால மொழி என்ற முறையில் பெறப்படாத உயர்வு தமிழுக்குத் தொன்மொழி என்ற நிலையில் பெறப்படலாம் என்று நாம் கருதக்கூடும். தென்மொழிகளில் மக்கள் வாழ்க்கைக்கு நிலையான பயனுடையவையாய், முக் காலத்தும் அதன் வழிகாட்டிகளாய் இயங்கும் மொழிகள் உயர்தனிச் செம்மொழிகள் (Classical languages) எனப்படும். கிரேக்க மொழியும் இலத்தீன் மொழியும் ஐரோப்பியரால் உயர்தனிச் செம்மொழிகள் எனப் போற்றப்படுகின்றன. இன்று வடமொழியும் அவற்றுடன் ஒப்ப உயர்தனிச் செம்மொழி என்று ஏற்கப்பட்டிருக்கிறது. உலகின் பல்கலைக் கழகங்கள் பலவற்றில் கிரேக்க இலத்தீன் துறைகளுட னொப்ப வடமொழிக்கும் தனித்துறை வகுக்கப்பட்டுள்ளது. இம் மும்முதன் மொழிகளுக்கும் அடுத்தபடியாக உலகப் பெருஞ் சமயங்களின் தாயக மொழிகளாயின எபிரேயம், அரபு முதலி யவையும் பாரசீகமும் இடம் பெறுகின்றன. உயர்தனிச்

செம் மொழிகள் நிலையிலன்றாயினும் வரலாற்றுச் சிறப்பும், இடச் சிறப்பும் உடையவையாக ஐஸ்லான்டிக், காதிக், பழம்பாரசீகம் முதலிய சில்லறைத் தொன்மொழிகள் இயங்குகின்றன.

மேற்கூறிய சிறப்புடைய மொழிகள் நீங்கலான மற்ற மொழிகள் தாய் மொழிகள் என்ற முறையிலேயே மதிக்கப்படுகின்றன. இவற்றிலும் இலக்கிய சிறப்புடையவை, பண்பட்டவை, பண்படாதவை என்ற பாகுபாடுகள் வேண்டும்.

இப் பாகுபாடுகளில் தமிழ் எத்தரத்தில் வைக்கத்தக்கது, எத்தரத்தில் வைக்கப்பட்டுள்ளது என்பவை பற்றித் தமிழரும் கவலைப்படவில்லை; பிறரும் கருத்தூன்றி ஆராய இட மேற் படாதிருக்கின்றது. நாட்டு வரலாற்றாராய்ச்சியும் இலக்கிய வரலாற்றாராய்ச்சியும் தொடக்க நிலையிலிருந்த காலத்தில் தமிழ் இலக்கியம் மற்ற வட இந்திய, தென் இந்திய மொழிகளினும் பழமையுடையது என்பது பொதுவாக ஒப்புக்கொள்ளப்பட்டது. ஆனால் அது எவ்வளவு தொலைவு பழமையுடையது என்பது உணரப்படாமலே இருந்தது. தமிழில் பெரும்பற்றுடை கால்டுவெல், போப் ஆகியவர்கள்கூட இன்றிருக்கும் தமிழிலக்கியத்தின் மிகப் பழமை வாய்ந்த திருக்குறள், சங்க இலக்கியம் ஆகியவற்றின் காலம் எட்டாம் நூற்றாண்டு என்றே கருதியிருந்தனர். அவை கி. பி. முதலிரண்டு நூற்றாண்டுகளைச் சார்ந்தவையென்பதும், தொல்காப்பியம் அவற்றினும் மிகத் தொன்மை வாய்ந்ததென்பதும் இப்போது தெளிவுபட்டுள்ளது. தமிழில் இக் காலத்துக்கு முன் இலக்கியமே இல்லை என்று கொண்டால் கூட, இந்தியாவில் தமிழ் வடமொழி நீங்கலான மற்றெல்லா இலக்கியங்களுக்கும் தமிழ் ஆயிர ஆண்டுகள் அல்லது அதற்கு மேலும் முற்பட்டதாகும். இக் காலத்திலும் பழமையுடைய உலக இலக்கிய மொழிகள் உயர்தனிச் செம்மொழிகளுள் முதன் மூன்று மொழிகளும் எபிரேயமும் மட்டுமேயாகும்.

ஆனால் தமிழில் தொன்மை மிக்கவை என்று நாம் கொள்ளும் நூல்களுள் எதுவும் கலைப்பண்பாட்டு வகையில் தொடக்கக்கால இலக்கியத்தைச் சார்ந்த நூலாகக் காணவில்லை. தொடக்கக் கால நாகரிகத்தைக் குறிப்பதாகவும் இல்லை. முதல் இலக்கிய நூலான திருக்குறள், அன்றும் இன்றும் தமிழகத்தில் மட்டுமன்றி உலகிலேயே ஒப்பும் உயர்வுமற்ற தனிப்பெருநூல். தொல்காப்பியமும் இன்றிருக்கும் இலக்கணங்களுள் பழமை யுடையதாயினும் பிற்கால இலக்கண நூல்கள் அனைத்தையும் விட விரிவானது. சங்க இலக்கிய நூல்களும் முற்ற வளர்ந்த ஓர் இலக்கியத்தின் சிதறிய துணுக்குகளின் தொகைகளேயாம். மேலும் தொல்காப்பியத்துக்கு முன்னும் விரிந்த இலக்கண இலக்கியங்கள் இருந்தன என்பதை அதில் காணப்படும் அகச்சான்றுகளாலேயே உய்த்தறியலாம். மரபுடையோ இதற்கு நெடுங்கால முன்னதாகவே இருபெருஞ் சங்கங்கள் இருந்ததாகவும், இன்றிருக்கும் இயல் பகுதி மட்டுமன்றி அக் காலத்தில் இசை, நாடகம் என்ற இரு வேறு பெரும் பிரிவு களிருந்ததாகவும் குறிப்பதுடன், அத்தகைய நூல்கள் பலவற்றின் பெயர்களும் பகுதிகளும் மேற்கோளுரைகளும் தருகின்றது. இவற்றை ஒரு சார்பின்றி நோக்குவோர் தமிழிலக்கியம் உண்மை யில் வடமொழி இலக்கியத்தினும் மற்றெவ்விலக்கியத்தினும் மிக்க தொன்மையுடையதாயிருந்திருக்க வேண்டும் என்பதைக் காணாதிரார்.

ஆகவே தமிழில் தொன்மை ஒன்றை நோக்கினாலும் உயர் தனிச் செம்மொழிகளுள் அது இடத்பெறத் தக்கது என்பது தெளிவு. ஆனால் அதன் தனிச்சிறப்பு இதனுடன் நின்றுவிட வில்லை. இலக்கியப் பரப்பிலும் இலக்கியச் சிறப்பிலும் அதற்குத் தனி உரிமைகள் உண்டு.அதனோடு பிற உயர்தனிச் செம்மொழிகள் அனைத்தும் இறந்துபட்ட மொழிகளாயிருக்க, தமிழ் ஒன்று மட்டும் இன்றும், உயிருடனியங்குவதுடனன்றி, இன்னும் எத்தனையோ தடங்கல்களையும் புறக்கணிப்புகளையும் பூசல்களையும்

தாண்டி வளம்பெற்று வளரத்தக்க நிலையை உடையதாகவே இருக்கிறது.

உயர்தனிச் செம்மொழிகளில்கூட அரிய இன்னொரு உலகப் பொதுப் பயனும் தமிழுக்கு உண்டு. அதுவே அதன் பண்பாட்டு, வரலாற்றுச் சிறப்பு ஆகும். தமிழ், தமிழரின் தாய்மொழி மட்டுமன்று; திராவிட மொழிகளிடையே ய தொன்மை மிக்க மொழியாகும். அதனைத் திராவிடத்தாய் என்று கூறப் பலர் தயங்கினும், தாய்மைப் பண்பு மிக்க மூத்த மொழி என்பதனை எவரும் மறுப்பதற்கில்லை. இந்தியப் பெருநிலப் பரப்பெங்கும் பரந்து கிடக்கும் திராவிடப் பண்படா மொழிகளுடன் ஒப்பிட்டு நோக்குபவர்களுக்கு அது திராவிடத் தாய்மொழிக்கு மிக்க அண்மை நிலை உடையதென்பது விளங்கும். மேலும் திராவிடம் மட்டிலுமன்றி இந்திய மொழிகளிலும் தமிழ் தொன்மை மிக்க மொழி. அதன் பொதுப் பண்பினை இந்திய மொழிகள் அனைத்தின் வளர்ச்சி முறையிலும் வடமொழி வளர்ச்சியிலும்கூடக் காணலாம். சில இடங்களில் இந்தியாவுக்கு வெளியிலுள்ள பிற ஆரிய மொழி களுடனும், ஆரியமல்லாப் பிற இன மொழிகளுடனும் அது கொண்டுள்ள உறவைக் கண்டு கால்டுவெல் போன்ற பேராராய்ச்சியாளர் உலகின் முதன் மொழிக்கும் அது அண்மையுடையதென்றும், பல மொழிகளுக்கு மட்டுமன்றிப் பல இனம் தாய்மொழிகளுக்கும் அது பாலமாயமையத்தக்கதென்றும் கூறுகின்றனர்.

நான்காவதாக இந்திய சமயத்துறையின் அடிப்படைக் கருத்துக்களையும், இந்திய நாகரிகத்தின் வித்துக்களையும் தமிழ், தமிழக, தமிழ்ப் பண்பாட்டாராய்ச்சி மூலமே காணலாகும். இத்தனை வகையிலும் தொன்மொழி என்ற முறையிலும், தற்கால மொழி என்ற வகையிலும் தனிப்பெருமை உடைய தமிழ் மொழியை உயர்தனிச் செம்மொழி எனவும், முதன்மொழி எனவும் கொள்ளாதது வியப்புக்கிடமான செய்தியேயாகும். தமிழர் இன்றைய அடிமை நிலையே உலக மக்கள் இம் மொழியின் தகுதியை

ஏற்க முடியாது போனதற்குக் காரணம் என்று கூறலால் வடமொழி போல் தமிழ் இறந்த மொழியா யிருந்தால்கூட அது இன்று ஒருவேளை உலகின் தொன்மொழிகளுள் இடம் பெற்றிருக்கக் கூடும். தமிழர் இறந்தவருடனும் எண்ணப் படாது வாழ்பவருடனும் எண்ணப்படாத நிலையிலிருப்பதனால் போலும், தமிழ் இறந்த மொழிகளுள்ளும் உரிய இடம் பெறாது, வாழு மொழிகளுள்ளும் இடம் பெறாது இரண்டுங் கெட்டான் நிலையில் நிற்க நேர்ந்தது!

தமிழர் இறந்தகாலப் பெருமையை மக்கள் உணரத் தடையாயிருப்பது, அவர்கள் நிகழ்கால இழிநிலையே.

தமிழிளைஞர் தமிழகத்தின் வருங்காலத்தை மேம்படுத்தப் பாடுபட்டால், பழங் காலப் புகழ் உலக மக்கள் காதில் பழம் புராணமாகத் தோன்ற மாட்டாது; புராணக் கூற்றுக்கள் போல நம்பகமற்றதாகவும் இராது. தமிழில் உண்மை அன்பும் அதன் பழம்பெருமையில் நம்பிக்கையுமுடையவர்கள் புதுப்பெருமை உண்டுபண்ண முயலாவிட்டால், அவர்கள் பற்றும் பெருமையும் போலிப்பசப்புக்களேயன்றி வேறல்லவென்று கூறலாம்.

12. தமிழன் குறைபாடுகள் - இடைக்காலம்

தமிழ்மொழி, தமிழிலக்கியம், பண்பாடு ஆகியவற்றின் குறைகளைத் தமிழர் யாவரும், சிறப்பாக வருங்காலத் தமிழகத்தின் படைப்பாளர்களான தமிழிளைஞர்கள், தமிழ் நங்கையர்கள் அறிதல் இன்றியமையாதது. இக் குறைகளை மூன்று பெரும் பிரிவுகளாக வகுக்கலாம். ஒன்று இடைக்காலத்தில் அதன் வளர்ச்சி குன்றி நலிந்த வகைகள், அவற்றுக்குக் காரணமாயிருந்த உள்ளார்ந்த வழுக்கள், அந் நலிவால் ஏற்பட்ட பயன்கள் ஆகியவை. இரண்டாவது, உலக நாகரிகப் போக்கில் தமிழன் பின்னடைந்துவிட்ட பகுதிகள். மூன்றாவது தமிழர் இன்றைய வாழ்வில் ஏற்பட்டுள்ள குறைபாடுகளும் சூழ்நிலைகளும் ஆகும்.

முதன் முதலாக இடைக்காலக் குறைபாடுகளை எடுத்துக் கொள்வோம். புதுச்சமய வரவு காரணமாகவோ இக்கால நூல்களில் பழமை சொல்லளவில் பேணப்பட்டது. ஆனால் பழந்தமிழன் பெருமையையோ பண்பாட்டு உயர்வையோ இக் காலத்தவர் உணரவில்லை. உணர்ந்த விடத்தும் அதனை மதிக்கவில்லை. அரசியல் மாறுபாட்டின் காரணமாகவோ அவர்கள் ஆராய்ந்து நோக்காது, தம் மொழியினும் பிற மொழி உயர்வுடையதெனக் கொண்டு படிப்படியாகப் பிற மொழி நாகரிகத்தையும் பண்பாட்டையுமே தமதாக மதித்து அப்போலிப் பழமை மீது தம் போலி வாழ்வை வளர்க்க முனைந்தனர். எனவே இக் காலக் குறைபாட்டைச் சுருக்கமாகக் குறிப்பிட்டால் தற்பண்பு உணராமை எனக் கூறலாம்.

இதன் வழியாகப் பிற பல குறைபாடுகள் ஏற்பட்ட அவர்கள் பின்பற்றிய அயல் பண்பு உண்மையில் வட நாட்டுத் திராவிடப் பண்பின் வளர்ச்சியே ஆயினும், அது நாகரிகப் பண்பாட்டில் மிகவும் தாழ்ந்த ஆரியப் பூச்சினால் வளர்ச்சியற்று உழலும் போலி வளர்ச்சியாதலின், அதன்

வாயிலாக வடநாட்டை முதலில் பிடித்த சனியன் இங்கும் வந்து தமிழையும் பிடித்தது! பாரதம் நான்கு தடவை மொழி பெயர்த்துப் பாடப்பட்டது. இராமாயணம் இருமுறை பாடப்பட்டது. புராணங்கள் எண்ணற்றவை. ஒரு சில நூல்கள் நீங்கலாக இக்கால நூல்களுள் ஒன்றேனும் நிகழ்கால நிலை பற்றியதோ எதிர்காலப் போக்குடையதோ வாழ்க்கைத் தொடர்புடையதோ அன்று. இருபதாம் நூற்றாண்டு வரையிலும் தமிழ் மொழி இலக்கியத்தின் வளர்ச்சி இந் நிலையி லேயே இருந்தது.

இன்னும் புதுமைப் பூச்சுப் பூசித்திரியும் பல புதிய எழுந் தாளர்கள் இவ்வாட்டு மந்தை உணர்ச்சியுடன் எழுதுகின்றனர்; அல்லது புதிய உருவையோ உடலையோ ஏற்றும் அதன் மூலமாகப் பழமை பேணவே விளம்பரவேலை செய்கின்றனர். இவர்கள் வாழ்வியல் (சமூக) எழுத்தாளர்கள் போல் எழுதுவர்; அதனிடையே புராண மேற்கோள், புராண உவமைகள், பழைய மூடப் பழக்க வழக்கங்களுக்கான சப்பைக்கட்டுகள், சூழ்ச்சிகள் முதலியவை நெளியும். இலக்கியத் தமிழ் எழுதுவர், ஆனால் அதனிடையே வழங்காப் பிறமொழிச் சொல்லுக்கு வழக்கு உண்டுபண்ணுவர். எளிய தமிழ் நடையைப் புகழ்வர்; கொச்சைச் சொற்களையும் வழங்குவர்; அதனிடையே புதிய புரியாய் பிறமொழிச் சொற்கள் செருகப்படும். தமிழ் அகரவரிசை, தமிழ் நூலுரை, தமிழ் மாணவர் செய்யுட் பாடங்களுக்கு உரை ஆகியவை எழுதுவர்; ஆனால் ஆங்காங்கே தமிழ்ச்சொல்லை எப்படியாவது பிறமொழிச் சொல் எனக் காட்ட அவர்கள் மெய்யும் கையும் தினவெடுப்பதைக் காணலாம். அவர்கள் வாழ்வில் கடவுள் நம்பிக்கைத் தேடிப் பார்த்தாலும் காணாது; துறவும் காணப்படாது. ஆனால் அவர்கள் கலையில், வாணிகத்தில் கடவுளுக்காகப் பாடுபடுவர், தம்நலம் பேணிப் பிறருக்குத் துறவுநிலை கற்பிப்பர். இத்தகைய போலி வளர்ச்சி பழந்தமிழருக்கு மாறுபாடானது மட்டுமன்று, எதிர்காலத் தமிழக வாழ்வுக்கும் பெரிதும் ஊறு செய்வதாகும்.

13. பழங்காலக் குறைகள்

இடைக்காலத்தின் குறைகளை மட்டும் கூறிச் 'சீர்திருத்தக் காரர்' எனத் தம்மைக் கூறிக்கொள்பவர் சிலர் மன நிறைவு பெறுவதுண்டு. இவர்கள் தமிழினிடத்தில் உண்மையான அன்பும் தமிழரிடத்திலும் தமிழினத்தினிடமும் உண்மையான மதிப்பும் உடையவர்கள்தான். ஆனால் இவர்களும் போலிச் சமயப் பசப்பிலீடுபட்டுக் குருட்டுப் பழமை நாடுபவர்களே. அவர்கள் 'தமிழன்பு'ம் தமிழ் நோக்கும் இறந்தகாலம் தழுவியது, இறந்தகால நோக்குடையது. அவர்கள் தமிழ்ப்பற்றில் தமிழர் பற்று முழு இடம் பெறாது.

மேலும் தமிழ் எவ்வளவு உயர்வுடையதாய் ஒருக்காலிருந்தே திருப்பினும் அப் பழம்புகழ் நம் தற்காலத் துயரிடையே ஆறுதல் தர உதவுமேயன்றி இனியும் நம்மை அப் புகழுக்குரியவராக்க உதவாது உண்மையில் நம்மிடம் அழிந்தது போக மீந்த இலக்கியம் அதனை உய்த்துணரவும் பின்பற்றவும் உதவுமேயன்றி மீட்டுத்தரப் போதிய தன்று. எடுத்துக்காட்டாக, சிலப்பதி காரத்தால் பண்டைத் தமிழர்க்குரிய யாழ் முதலிய பலவகை இசைக்கருவிகள், விரிவான இசை நூல்கள், நாடக வகைகள் ஆகியவற்றைப் பற்றி அறிகிறோம். ஆனால் அவற்றை மீட்டும் உயிர்ப்பித்து வழங்கச் செய்யப் போதிய விவரங்கள் அதில் கிடையா. அதில் கூறப்பட்ட நூல்களில் பெரும்பாலானவை இறந்து போனதால் இனி அவ்வறிவு திரும்பிவரத் தக்கதன்று. மீந்த நூல்களால் நாம் அறிவதெல்லாம் நம் மரபு பெரிது, நம் குருதியில் பேராற்றலுள்ளது என்ற ஊக்க உணர்ச்சி மட்டுமே. ஆதலின் பழங்கால இலக்கியம் நம் எதிர்காலப் பெருமைக்கு வழிகாட்டியாகுமேயன்றி, நம்மை அந் நிலைக்குக் கொண்டு செல்லத்தக்க ஊர்தி ஆய்விடமாட்டாது.

பண்டைய இலக்கியப் பரப்பை முழுதும் அறிவு முடியாத நம் இன்றைய நிலையில் மீந்த இலக்கியத்தின் அளவு கண்டு நாம்

வியப்படைவது இயற்கையே. மீந்த நிலையிலேயே அது மற்ற முழு இலக்கியங்களுடன் பெருமையுடன் ஒப்பிடக்கூடியதாயிருப்பதும் உண்மையே. ஆனால் ஒரு நாடு எவ்வளவு பெருமையுடைய தாயினும் அது உலகன்று. ஒரு மரம் எவ்வளவு வானளாவி நாற்றிசையும் பரந்து வளர்ந்ததாயினும் அது தோப்பாகாது. உலகில் பிற நாடுகள் நாகரிகமற்றிருந்த காலையில், தமிழகம் இறுமாந்து தனித்து வாழ முடிந்திருக்கலாம். ஆனால் உலக நாகரிகம் வளம் பெற்றோங்கியிருக்கும் இந்நாளில் இறுமாப்பு, அழிவு நோக்கிச் செல்லவே வகை செய்யும்.

இருந்தவன் எழுந்திருப்பதற்குள் நடந்தவன் காதவழி என்ற உண்மையை இன்றைய தமிழனின் நாகரிக வரலாற்றில் காணலாம். ஆமையின் நடைகண்டு எள்ளி நகையாடிய முயல் இடைவழியில் உறங்க, ஆமை ஊர்ந்து சென்று பந்தயத்தில் வென்ற கதை யாவரும் அறிந்ததே. நாம் முயலினதுபோன்ற தன்மறப்புக்கு ஆளாகலாகாது. இப்போதே இரண்டாயிர ஆண்டுகளுக்கு மேற்பட்ட ஆழ்ந்த துயிலால் தமிழக வாழ்விற்கு நெடுநாள் பிந்திப் பிறந்த நாகரிகங்கள் தமிழைத் தொலைவில் நின்று நகையாடவோ, அண்மையில் வந்து எட்டி உதைக்கவோ, தலை மீது அமர்ந்தழிக்கவோ தலைப்படுகின்றன. இந் நிலையில் இறுமாப்பும் வீம்புரையும் அறிவுடைய நிலையாகா. தன்மதிப்புணர்ச்சியும் விடாமுயற்சியும் தன்னைத் தானே திருத்தும் தறுகண்மையுமே வேண்டப்படுவன.

பழந்தமிழர் இலக்கியத்தின் பெருங்குறைபாடு உரைநடை இலக்கியம் இல்லாமையேயாகும். அறிவு நூல்களைக் கூட அவர்கள் யாப்பிலேயே செய்திருந்தனர். 8 ஆம் நூற்றாண்டுக்குப் பின் நூல்களுக்குக் குறிப்புரையும் விளக்க உரையும் எழுந்தன. ஆனால் இவை கருவி நூல்களேயன்றி இலக்கியமாகா. நடையும் புலவர் புலமையைக் காட்டும் நிலையில் இருந்ததேயன்றிக் கலைப் பண்பு அல்லது அழகு, எளிமைநயம் ஆகியவையுடைய தாயில்லை உரைநடை ஏற்படாததற்கு அக்காலத்தில் அச்சுப்பொறி யில்லாமையும்

நூல்களை மனப்பாடம் செய்ய வேண்டிய நிலைமை யிருந்ததும் ஓரளவு காரணமாகும். பிற இந்திய மொழிகளிலும் இக் குறைபாடு அண்மைவரை இருந்தது. ஆயினும் பண்டைய கிரேக்கர் இலக்கியம் அக் காலத்தும் உரைநடை இலக்கியம் உடையதாயிருந்தது. பத்தொன்பது இருபதாம் நூற்றாண்டில் வேதநாயகம் பிள்ளை, மறைமலை யடிகள், நமச்சிவாய முதலியோர் முதலிய புலவர்கள் முயற்சியால், உரைநடை தலையோங்கியிருக்கிறது. ஆயினும் இன்னும் பிற தற்கால மொழிகளுடனொப்பாகத் தமிழ் உரை நடையும், உரைநடை இலக்கியமும் மேம்பாடு பெறவில்லை.

தமிழில் வரலாறுகள் இல்லை. சங்க இலக்கியம், அதன் நிகழ் கால நோக்கு, வாய்மை ஆகியவை காரணமாக அளவு வரலாற்று ஆராய்ச்சிக்கேனும் பயனுடையது. பிற்கால இடை கால இலக் கியங்கள் இவ்வகையிலும் பிற்போக்குடையது. அறிவியல் துறையில் பழைய நூலுரைகளால் தமிழர் உயர்நிலை எய்தியவர் என்று அறியப்படினும், இன்று அத்துறையிலக்கியம் இல்லையென்றே சொல்லலாம். மேலும் இன்று மேல்நாடுகள் இத்துறையில் எவ்வளவோ முன்னேறிவிட்டன. தமிழில் அவற்றை மொழி பெயர்ப்பதற்கான கலைச் சொற்கள்கூடக் கிடைப்பதில்லை என்று குறைகூட வேண்டியிருக்கிறது.

இலக்கியத்தின் பகுதிகளாகக் கருதப்பட்டிருந்த நாடகம் இசை என்ற கலைகளும் முன் இருந்தனவேயன்றி இன்று அருகின. 'இசைக்குத் தெலுங்கு' என்ற எண்ணம் சிலகாலமாய் ஏற்பட்டிருக் கிறது. தமிழிசை இயக்கம் இத்துறையைச் சீர்திருத்திப் பண்டைப் பெருமையை மீட்டும் ஏற்படுத்த முயல்கிறது. நாடகத்துறையில் தமிழின் பஞ்சம் வியப்புக்கிடமாகவேயிருக்கிறது. பழம் பெருமையைச் சுட்டிக்காட்ட மட்டுமே சிலப்பதிகாரம் உதவும். அதுவும் நாடகக் காப்பியம் மட்டுமே, முழுவதும் நாடக நூல் அன்று. இரண்டாயிரம் ஆண்டுகளாகத் தமிழில் நாடக நூல் ஏற்பட்டதில்லை. வட மொழியில் 'காவ்யேஷு நாடகம் ரம்யம்' அதாவது, காவியங்களில் நாடகமே சிறப்புடையது,

என்று கூறப்படுகிறது. வடமொழி இலக்கியத்திலும் நாடகப் பகுதி உயர்வும் பேரளவும் உடையது. எடுத்ததற்கெல்லாம் மொழியைப் பின்பற்றிய பிற்காலப் புலவர்கள்கூட வடமொழியின் தலைசிறந்த இப் பகுதியில் நாட்டம் செலுத்தாதது பெருவியப்பே! நாடகத்தின் பகுதியாகிய கூத்து (நாட்டியம்) இயன்றளவு தமிழ்நாட்டில் தழைத்து வருகிறது. ஆயினும் அதனை இன்னும் வட நாட்டாரும் பிற நாட்டாருமே போற்ற வேண்டியிருக்கிறது. அதனை ஊக்கி வளர்க்கத் தமிழர் இன்னும் முனையவில்லை.

அரசியல் வாழ்வில் தமிழர் ஊர், நகர் அரசியல்களில் கொண்ட பொறுப்பாட்சி முறை நாட்டின் பொது அரசியலில் இடத்பெறாது போயிற்று. தமிழரசரும் இந்தியப் பிறபகுதி அரசரும் நல்லரசராகவும் தீய அரசராகவும் (செங்கோலரசன், கொடுங் கோலரசனாக) வகுக்கப்பட்டனரேயன்றி வரையப்பட்ட அரசு (Constitutional monarchy), தற்சார்பு அரசு, (despotism) என்று வகுக்கப்படவில்லை. அரசியல் இந் நிலையில் ஒரு பேரறிவியல் துறையாக விளங்க இடமில்லாது போயிற்று. திருக்குறள் முதலிய தமிழ் நூல்களில் அரசியல் பகுதியில் அரசன் கடமை, அமைச்சர் கடமை முதலியவைகள் தான் இடம்பெற்றன. அரசியல்வகை, குடிகள் உரிமைகள், ஆட்சிமுறைப் பாகுபாடுகள் அகியவை கூறப்படவில்லை. நூல்களை விடுத்து வரலாற்று நிகழ்ச்சிகளை நோக்கினாலும், தமிழ் நாட்டரசர்களும் நாடு முழுவதையும் நேரிடை ஆட்சி புரியாமல் சிற்றரசர்களை அடக்கி அவர்கள் மூலமே ஆண்டனர் என்பது தெளிவாகும். பேரரசுகள் நாடு முழுவதையும் ஒற்றுமைப் படுத்தாது போனதற்கும் நீண்டகாலம் நிலைக்காததற்கும் இதுவே காரணம்.

சமய வாழ்வில் 'இடைக்காலத்' தமிழகத்தில்தான் பெரிதும் எதிர்ப்புணர்ச்சியும் குறுகிய நோக்கமும் இருந்தன. சங்க காலத்தில் பரந்த மனப்பான்மையும் அப்பரவும் நிலவின. அதோடு வாழ்க்கை சமயத்துக்கு அடிமைப்படவில்லை. சமயம் நல்வாழ்வின் ஒரு பகுதி என்பது உணரப்பட்டிருந்தது. ஆயினும் ஒப்பரவு என்ற பெயரால் அயலார் பண்புகள்,

பழக்கங்கள் ஆகியவற்றுக்குப் பேராதரவு கிடைத்ததேயன்றித் தற்பண்பு பேணப்படவில்லை. இன்னும் தமிழர் வாழ்வில் இக் குறையையும் இதனால் ஏற்படும் அடிமை மனப்பான்மையையும் காணலாம். தமிழன் பிறர் சமயத்தையும் பாண்பாட்டையும் தனதாகக் கொள்ள இன்றும் இசைந்து வருவது அறிவுநோக்குடன் பார்ப்பவரும் வியப்பையே ஊட்டும்.

தன் சமயம் தன்னைத் தாழ்ந்தவனாகவும், தன் மொழியை இழி மொழியாகவும் கருதவோ நடத்தவோ செய்யுமா என்று தமிழன் எண்ணிப் பார்ப்பதில்லை. பிற சமயத்துக்கு விட்டுக் கொடுப்பது பெருந்தன்மை என்று எண்ணுகிறோம். ஆம். ஆனால் தன்மறுப்பு என்றுகூட எண்ணாததும் அவன் சமய வாழ்வை அழித்து விட்டது, அழித்து வருகிறது என்பதை இளைஞருலகம் உணர்ந்து வருகிறது. ஆயினும் பொதுமக்கள் இன்னும் பெரும் பான்மையாய்த் தம் பண்பை, இனத்தை, தம் தோழரை இழிவு படுத்தும் கொள்கையைத் தம் சமயமெனக் கொண்டு, தெரிந்தோ தெரியாமலோ தம் நாட்டுக்கும் மொழிக்கும் பண்பாட்டுக்கும் பகைவராயிருந்து வருகின்றனர்.

வங்க நாட்டில், பீகாரில் பஞ்சம் என்றால்,பட்டினி என்றால், தமிழன், பணம் கொட்டித்தரத் தயங்குவதில்லை. தமிழ் நாட்டில் பஞ்சம் என்றால் வடநாட்டாரும் பிற நாட்டவரும் அதைச் சட்டைச் செய்வதில்லை. தமிழன் சட்டை செய்யாதது மட்டுமல்ல, சட்டை செய்வதில்லை என்பதை எண்ணிப் பார்ப்பதுமில்லை. தமிழன் பிற நாட்டினரைச் சமய, அரசியல், கல்வித் தலைவராக ஏற்க மறுப்பதில்லை, ஏற்க முந்தவும் செய்கிறான்! ஆனால் தமிழ்நாட்டுப் பெரியார் தமிழரிடையும் சிறுமைப்பட்டுழல் கின்றனர்- வெளியுலகம் அவர்களையோ அவர்கள் நாட்டையோ தம் உலகத்தின் ஒரு பகுதி என்றுகூட எண்ணுவதில்லை.

தமிழனிடையே தொழில் பற்றிய பிரிவுகள் உண்டு. அவை இயற்கை ஒழுங்கை ஒட்டி வரன்முறையாய் (பரம்பரையாய்)

வருவதும் உண்டு. ஆனால் இவ்வகையில் கட்டுப்பாடோ உயர்வு தாழ்வோ இல்லை. தமிழ் நூல்களில் அப்படி உயர்வு தாழ்வு இருந்தால்கூட அதில் வேளாளர்க்கே முதல் நிலை உயர்வு தரப்பட்டிருக்கும். ஆனால் இன்று தமிழன் மேற்கொள்ளும் பிறநாட்டுச் சமய முறையில் பிறப்பால் வகுப்பும், மாற்ற முடியாத வகுப்பும், தொழில் மாறுபாட்டால் விலகாத வகுப்பு வேற்றுமையும் உண்டு. உழைக்கும் வேளாளன் உயர்வுக்கு மாறாக, உழைக்காது அண்டியும் சுருண்டியும் ஏய்த்தும் பிழைக்கும் சோம்பர்க்கு முதல் மதிப்பு தரப்படுகிறது. தமிழர் இல்லறத்தையே அடிப்படை அறமாகக் கொண்டனர். அவர்கள் துறவறத்தை உயர்வாகக் கொள்ளினும் அத்துறவறம் இன்று தமிழன் கொள்ளும் அன்பு துறந்த போலித் துறவறமன்று; தன் நலந்துறந்த துறவறமேயாகும். வகுப்பு வேற்றுமையை ஆதரித்துப் பேசியோ, அல்லது பேச்சில் எதிர்த்து நடையில் ஆதரித்தோ பசப்பும் துறவறம் அன்று; அதனைச் சீறி உடைக்கும் துறவறமாகும்.

பண்டைத் தமிழர் இவ் வகையில் இடைக்கால தற்காலத் தமிழரினும் மேம்பட்டவராயினும், இடைக்காலக் கேடுகளுக்குத் தெரிந்தோ தெரியாமலோ வழிகோலினர் என்பது உண்மை. அவர்கள் தன்னலந்துறந்த பெரியாராகிய அறிவர், அந்தணர் ஆகியயோரைத் தலைமேற்கொண்டு மதித்தனர். ஆனால் தோற்றத்தை மேலீடாகக் கண்டு ஏமாறும் குணம் அவர்களிடம் படிப்படியாக வளர்ந்தது. உவர் மண் தோய்ந்த வண்ணானை முழு நீறு பூசிய முனிவர் என்று கொண்ட பெருமையும், நீறு பூசி ஏய்த்த பகை வனுக்கு அடியார் பணிந்த கதையும் அம்மயக்கத்திற்கு அறிகுறிகள் ஆகும்.

தமிழர் போலி ஒப்புரவால் தமிழர் பண்பாடு கெட்டது; தமிழர் செல்வமும் கலையும் உயர்வும் கெட்டன, அதனுடன் சார்ந்த இன்னொரு போலி நற்குணத்தால், தமிழ் நூல்கள் அறம் ஈகை என்பவற்றைத் தமிழர் உயர்நிலைப் பண்புகள் என்று போற்றுகின்றன. எவரும் இதனைப் போற்றுதல்

தகுதியேயாகும். வறியார்க் கீதல், பிறர் நலம் புதிபவர்க் கீதல், உழைப்பவர்க்கும் கலைநலம் பேணி உழைப்பவர்க்கும் ஊக்கமளிக்க ஈதல், உற்ற விடத்து நண்பர்க்கும் யாவர்க்குமீதல் ஆகியவை அப்பழுக்கற்ற நற்பண்புகளே, ஆனால் தமிழன் படிப்படியாக வறிய தோற்றத்தை வறுமையாகக் கொண்டு உழையாத சோம்பன், எத்தன் ஆகிய வருக்கும்; அறிவர் அந்தணர் தோற்றத்தை அறிவு, அந்தண்மை கொண்ட தன்னலச் சூழ்ச்சிப் பகைவருக்கும் வெறிமிக்க மூடருக்கும் ஈதலை ஈகை எனப் பாராட்டியழிவுறத் தொடங் கினான். நண்பர்களையும் உயிர்களையும் விடுத்து கல்லினுக்கும் கற்கோயிலுக்கும் கல்லினும் கொடிய நெஞ்சுடைய வகுப்புப் பற்றாளர்களுக்கும் ஈதலே இந்நாளில் ஈகையெனக் கொள்கை பட்டு வருகிறது. அண்மைக் காலங்களில் அவன் உவந்தீவதுடன் நில்லாது, தன்னினத்தைக் காட்டிக் கொடுக்கும் சூழ்ச்சிக்காக ஈயவும், தன் பழிச் செயல்களை மறைப்பதற்காக ஈயவும், அஞ்சி அஞ்சி ஈயவும் தொடங்கி விட்டான். இவற்றை உட்கொண்ட புதுக் கவிஞர் பாரதி,

வருங்காலத் தமிழகம்

"அஞ்சி அஞ்சிச் சாவார்- அவர்
அஞ்சாத பொருளிலை அவனியிலே"

என்று பாடினார். ஈகை என்பது ஈகைக் குணமுடையார்க் கீதலேயன்றி வேறன்று என்பதை வருங்கால ஒழுக்க நூல்கள் வற்புறுத்த வேண்டும். அது தமிழன் மனத்தில் பதிய வேண்டும்.

14. தற்காலச் சீர்குலைவு

தமிழ்நாட்டின் இப்பழைய வரன்முறைக் குறைகளேயன்றித் தற்காலச் சூழலிற்பட்டகுறைகளும் பல. தமிழன் இன்று முன்னேற வேண்டும் என்று எண்ணினாலும் முன்னேறுவது எளிதல்ல. அவன் சுமக்கும் அடிமைச் சுமை அவ்வளவு! அடிமையாக மாடுகள்போல் விற்கப்பட்டவர்களான நீக்ரோவர்களாக உடலடிமைகள் மட்டுமே, வெள்ளையன் தன்னைத் தெய்வப் பிறவி என்று கருதி அவனை அடக்கினாலும், அவன் தன்னை விலங்குப் பிறவி என்று கருதுவதில்லை.தன் அடிமைத்தன்மை தன் வலியின்மையால், காலக் கேட்டால் வந்தது என்று மட்டும் அவன் எண்ணுவான். காலமாறு பாட்டில் நம்பிக்கை கொண்டு 'ஆனைக்கு ஒரு காலம், பூனைக்கு ஒரு காலம்' என்று எண்ணித் தன்னை வலிமைப்படுத்திக் கொள்வான். இதன் பயனாக அவன் உடலடிமைத்தனம்கூட மாறி வருகிறது. ஆனால் தமிழன் இன்று அரசியல், சமயம், வாழ்வியல், பொருள் நிலை ஆகிய எல்லாத் துறையிலும் அடிமை; அது மட்டுமன்று; வெளிநாட்டார்க்கும் அடிமை, அயல் நாட்டார்க்கும் அடிமை, தன் நாட்டிலும் சிலர்க்கு அடிமை, சிலரை அடிமை கொள்ளும் கூலி அடிமை. அது மட்டுமா? நீக்ரோ அடிமை தன் பகைவனை வெறுத்து மனத்திலாவது எதிர்ப்பான். தமிழன் தன்னைச் சுரண்டுபவனைத் தன் தாய், தன் தந்தை, தன்னை ஆட்கொள்ளும் வள்ளல் எனக் கூறி மகிழ்வுடன் தன்மீது உதைப்பவன் காலை அணைக்கிறான். தான் இழிந்த பிறப்பு என்பதை ஒப்புக்கொள்கிறான்.

தமிழரிடையே பல விடுதலைப் போர்கள், இயக்கங்கள் நடந்துள்ளன; நடக்கின்றன. ஆனால் அவற்றின் தலைவர்கள் கூடிய மட்டும் தமிழுக்கும் தமிழர்க்கும் புறம்பானவர்களாகவே இருத்தல் வேண்டும் என்ற ஒரு ஒழுங்கு ஏற்பட்டிருக்கிறது. அது மட்டுமன்று. அவன்

பாடுபட்டு நாடும் விடுதலையும் ஒரு புதுமையான விடுதலையே. அடிமை ஒழிப்பே மற்றவர்களுக்கு விடுதலை. தமிழருக்கு விடுதலை என்பதெல்லாம் ஓர் அடிமையினின்றும் விடுபட்டு இன்னோர் அடிமை நிலையை ஏற்பதே. தான் அடிமையாகப் பிறந்தவன், அதுவே இயற்கையின் ஒழுங்கு என்ற எண்ணம் அவன் மனத்தில் வேரூன்றியிருக்கிறது. தற்காலப் பெரியார் ஒருவர் கூறுகிறபடி 'தமிழன் ஒரு வகையில் நாயின் பண்புடையவன். நாய்போல் அவன் பிற இனத்தினிடம் நன்றி கொள்வான்; நயப்புக் கொள்வான். தன் தோழரிடம் மட்டுமே வெறுப்பு, ஆணவம், பொறாமை முதலியவை எல்லாம் இடம் பெறும்.

தற்காலத் தமிழர் அரசியலில் ஆங்கிலத்தையும், புத்தரசியல் இயக்கத்தில் இந்தியையும், சமயத்துறையில் வடமொழி போன்ற மொழிகளையும் இசையில் தெலுங்கையும் முதன் மொழியாகக் கொண்டுள்ளனர். தமிழன் 100-க்கு ஏழு எட்டு மேனியே எழுத்து மணம் கூட உடையவன் என்பதும்; இச் சிலரும் பெரும்பாலும் தமிழ்நாட்டில் வாழும் பிற நாட்டாரும் பிற இனத்தாருமே என்பதும்; அதிலும் பெண்பாலார் நூற்றுக்கு ஒருவர்கூடக் கிடை யாது என்பதும் இதன் பயன் என்பதை எத்தனைபேர் எண்ணிப் பார்ப்பவர்? இவ் வயல் மொழிகளில் இடைக்காலத்தில் ஆங்கிலமும் இந்தியும் தெலுங்கும் கிடையா. வடமொழி ஒன்றே தமிழை அழுத்தி வந்தது. நூல்களும் பெரும்பாலும் மொழிபெயர்ப்புக்களும் விளம்பர நூல்களுமே. இந்நிலையில் கல்விநிலை இன்றைவிடச் சற்று மேம்பட்ட தென்பதை அவ் விளம்பர நூல்கள் நல்ல இலக்கிய நடையில் எழுதப் பட்டிருப்பதிலிருந்தும், சமயத்துறையில் கல்வியறிவு மிக்க நங்கையர் தலைமைநிலை பெற்றிருந்ததிலிருந்தும் காணலாம். முற்காலத் தமிழகத்திலோ வடமொழி அழுத்தம் மிகக் குறைவு. நூல்கள் கிட்டத்தட்ட முற்றிலும் தமிழ் முதல் நூல்கள். அதற்கேற்பத் தமிழகத்தில் ஆயிரக்கணக்கான பெரும்புலவர் ஒரே காலத்தில் வாழ்ந்தனர் என்றும், அவர்களிடையே எல்லாத் தொழிலாளரும் வகுப்பினரும்

இருந்தனர் என்றும், தலைசிறந்த வர்களும் பெருந் தொகையினரும் பெண் பாலர் என்றும் காண்கிறோம். இன்றைய தமிழகம் இதனின்றும் படிக்க வேண்டும் படிப்பினை ஒன்றே. தமிழ்நாட்டில் தமிழ் முதலிடம் பெற்றாலன்றித் தமிழர் வகுப்பு வேறுபாடின்றி, பால்வேறுபாடின்றி, தொழில் வேறு பாடின்றிக் கல்வியறிவு பெறார்.

15. வருங்காலத் திட்டம்

இன்றைய ஊழி, உலகின் புரட்சி ஊழி ஆகும். கி. பி. 1500 வரை உலக நாகரிகத்தில் மிகவும் பிற்போக்கு நிலையில் இருந்த ஐரோப்பா, தன் இருண்ட இடைக்காலத் தூக்கத்தை உதறித்தள்ளி நாளொரு மேனியும் பொழுதொரு வண்ணமுமாக வளர்ச்சி யடைந்து வருகிறது. கீழ்நாடுகள் பல்லாயிர ஆண்டுக்கணக்கில் பொய்யாக்கிவிட்டன. இன்று உலகம் என்றால் மேல்நாட்டுலகம் என்ற நிலைமை வந்துவிட்டது. அரசியல், வாணிகம், கலை ஆகிய எல்லாவகையிலும் கீழ்நாடுகள் மேல்நாடுகளின் நிழலாக இருந்து வருகின்றன.

இருபதாம் நூற்றாண்டில் கீழ்நாடுகள்கூட விழிக்கத் தொடங்கி இருக்கின்றன. ஜப்பான் மேல்நாட்டு முறையிலேயே மேல் நாடுகளுடன் போட்டியிட்டது.வடநாடு இரண்டு உலகப் போர்களையும் இந்திய நாட்டுரிமை (தேசீய) இயக்கத்தையும் பயன்படுத்திப் பொருளியல் துறையில் முன்னேறி வருகிறது. ஆனால் தமிழ்நாடு இன்னும் கனவு காணும் படியைத்தான் அடைந்திருக்கிறது. பதக்குக் கனவு காண்பவன் உழக்கு வெற்றி யடைவான். தமிழர் கனவிலும் உழக்கு என்று பேசவே அஞ்சு கின்றனர்.

ஆங்கில நாடு அரசியலிலும் பொருளியலிலும் மற்ற நாடு களுக்கு முந்திக்கொண்டு வளர்ச்சியடைந்து விட்டது.ஜெர்மனி, தன் அறிவியல் திறத்தால் அதனுடன் போட்டியிடத் தொடங்கிற்று. ஆனால் பிரான்சு 18 ஆம் நூற்றாண்டு வரை அரசியல் துறையில் இருண்டகால நிலையிலேயே உழன்றது. ரூஸோ, வால்ட்டேர் முதலிய பேரறிஞர்கள் தம் எழுதுகோலைச் சாட்டையாகப் பயன்படுத்தி மக்களைத் தட்டி எழுப்பின. மக்கள் தம் அரசியல் திருந்தினாலன்றி வாழ்வுந் திருந்தாதென்று கருதி அரசியல் புரட்சியில் முனைந்தினர். பல தடவை அப் புரட்சி

தோல்வியுறுவதாகத் தோற்றினும் அது படிப்படியாக பிரான்சுக்குப் புது அரசியல் வழங்கிற்று. உலகுக்கும் புரட்சி மூலம் வெற்றி காண முடியும் என்று காட்டிற்று. ஆனால் வெறும் அரசியல் புரட்சி முழு வெற்றி காணாது; அதனுடனாகவோ, அதனினும் முந்தியோ பொருளியல் புரட்சி ஏற்பட்டால் தான் பொருளியல் வாழ்வில் பிந்திய கீழ் நாடுகள் முன்னேற முடியும் என்பதை உருசிய (ரஷ்ய)ப் புரட்சி காட்டிற்று.

தமிழ்நாடோ அரசியலிலும் பொருளியலிலும் மட்டுமன்றி வாழ்வியலிலும் பின்னடைந்து நிற்கிறது. இந்திய நாட்டுரிமைக் கழகம் அரசியல் புரட்சியுடன் அமைந்து நிற்கிறது. விடுதலைக் குறிக்கோள் அதன் தலைவர்களால் 'இராம அரசு' என்று கூறப் படுகிறது. அதாவது புரட்சி, அரசியலுடன் நின்று விட வேண்டுமேயன்றிப் பொருளியலிலும் வாழ்வியலிலும் புரட்சி கூடாது என்பது அவர்கள் நிலை. நாட்டுரிமைக் கழகத்தில் இளைஞர் குழுத் தலைவர்களும் சம உரிமையாளர்களும் (அபேதவாதிகளும்) பொது உடைமையாளர்களும் பொருளியல் புரட்சியுடன் கூடிய அரசியல் புரட்சி கோருகின்றனர். ஆனால் அரசியல் கூரையும் பொருளியல் சுவரும் மட்டுமன்றி, வாழ்வியல் அடிப்படையே சீர்கெட்டு நிற்கும் தமிழகம் உலகில் உருசியப் புரட்சியிலும் அடிப்படையான புரட்சி காணினல்லாமல் வெற்றி காண முடியாது. ஆகவே தமிழ் இளைஞர் வாழ்வியலிலும் பொருளியலிலும் அரசியலிலும் ஒரேயடியான முக்கூட்டுப் புரட்சிக்கு வழிகோல வேண்டும்.

மேலும் இன்று உலகில் முன்னணியில் நிற்கும் நாடுகள் ஒற்றுமை, தகுதி ஆகிய சாக்குகளால் தம் ஆட்சியில் உலகை ஆட்டி வைக்கச் சூழ்ச்சி செய்கின்றன. நாட்டுரிமை இயக்கம், உலகில் பிற்பட்ட இந்தியா தனிவாழ்வு பெற்றாலன்றி முன்னேறாது என்பதை உணர்ந்து விடுதலை கோருகிறது. உலகில் தகுதி பற்றிய ஆட்சி ஏற்படுவதானால், ஆங்கில ஆட்சிதான் இன்னும் உலகை ஆட்டி வைக்க நேரிடும். அது போலவே நாம் தனித் தகுதி வேண்டுகிறோம். இந்திய

பரப்புக்கு உண்மையில் நல் வாழ்வு வேண்டுவோர் இந்தியாவில் தமிழகம் போன்ற பிறபட்ட பகுதிகளுக்கும் சரிநிலை (சமத்துவம்) வழங்க வேண்டும். சரிநிலை யில்லா ஒற்றுமை ஒற்றுமையாகாது, சுரண்டலே யாகும். ஆகவே தமிழன் காணும் கனவில் சரி நிலையும் சரிநிலைத் தகுதியும் முதலிடம் பெற்று, அவற்றின் அடிப்படையிலேயே நாட்டு ஒற்றுமை, உலக ஒற்றுமை ஏற்பட வேண்டும்.

நாட்டு வாழ்வின் அடிப்படைப் பண்பு தாய்மொழியே யென்பதை இப்போது உலக மக்கள் உணர்ந்துகொண்டு விட்டனர். கல்வியும் கலையும் அறிவியலும் தாய்மொழி வாயிலாக அன்றி வளரா. கல்வியிலும் தாய்மொழிக் கல்வியன்றிப் பிற கல்விகள் கிளிப்பிள்ளைப் பேச்சேயன்றி வேறன்று. தமிழரிடை நாட்டுரிமைக் கழகத்தார் தமிழுக்கு முதலிடம் என்று பேசுகின்றனராயினும் அதுவகையில் முனைந்து விராயாமல் ஆங்கிலத்துடன் வேறு மொழிகக்கும் இடம் தேடுகின்றனர். நாட்டுரிமைப் பண்பு தாய்மொழிப் பற்றுடன் ஒன்றுபடும் நாளில் பிற மொழிகளுக்கு மதிப்பு இரண்டாம்தரச் செய்தியே யாகவேண்டும். அத்துடன் பிற மொழி யாயினும் ஆங்கிலம் தமிழரிடை சரிநிலையை ஓரளவு தந்த மொழி; பகுத்தறிவு விளக்கத்துக்கு வகை செய்த மொழி, தமிழர் அறிவியல் துறையில் வளர்ச்சியடைய ஆங்கிலம் இன்னும் நெடுங்காலம் உதவும். அதனை வெறுத்து, தமிழினும் ஆயிரமடங்கு பிற்போக்குடைய வடநாட்டு மொழிகளைத் தமிழர் மேற்கொள்ளுதல், மேற்கொள்ளத் தூண்டுதல் மறைமுகமான தமிழ்க்கொலையே யாகும். தமிழ், தமிழர் பண்பாட்டின் கொடி. ஆங்கிலம், பகுத் தறிவின் கொடி. வடநாட்டு மொழிகள் இன்னும் பிற்போக்கு, பூசல், வகுப்பு வேற்றுமை ஆகியவற்றின் கொடியேயாகும். ஆகவே ஆங்கிலம் அகல்வதாயின் அவ்விடத்தின் பெரும்பகுதியைத் தமிழே கொள்ளும்படி செய்யத் தமிழராவோர் விரைதல் வேண்டும். இந்தியப் பொது இயக்கம், உலக இயக்கம் ஆகியவை அதனைப் புறக்கணித்தால், தமிழர் தமக்கெனத் தனி இயக்கம் மேற்கொள்ளல் இன்றியமையாதது. அல்லது

தமிழக நாட்டுரிமைக் கழகம் பெருநிலப்பரப்புக் கழகத்தினிடம் பேரம் செய்தோ, போராடியோ, தனித்து நின்றோ உழைக்க வேண்டும்.

இருண்ட காலத்தினின்றும் விழித்த ஐரோப்பா முதலில் தன் வளர்ச்சிக்குத் துணையாகக் கொண்ட தாய்ப்பால் கிரேக்க இலக்கியமே. ஏன் அது கிரேக்க இலக்கியமாயிருக்க வேண்டும்? அன்று ஐரோப்பிய நாகரிகத்திலில்லாத பகுத்தறிவுச் சத்து அதில் இருந்தது. இன்று தமிழர் இருண்டகாலங் கழித்து விழிக்கின்றன. அவர்கள் உட்கொள்ள வேண்டிய தாய்ப்பால் எது? மொழி பெயர்ப்பே.

உலக அறிவின் அடிப்படையிலேயே தமிழன் எதிர் கால வாழ்வை அமைக்க முடியும். ஆனால் எம் மொழியினின்று மொழி பெயர்ப்பது? உலக அறிவின் திரட்டுப்பாலாய் விளங்கும்? ஆங்கிலத்திலிருந்தும், அடுத்தபடியாக உலக அறிவின் புட்டிப் பால்களாக இயங்கும் பிரஞ்சு, ஜெர்மன் மொழிகளிலிருந்தும், உலக அறிவின் ஊற்றாக நிலவிய கிரேக்க மொழியிலிருந்தும் மட்டுமே. தமிழன் தன் மொழிக்கு அடுத்தபடி இரண்டாம் இடத்தில் வைத்துக் கற்க வேண்டிய மொழிகள் இவையே என்பது மூடாக்கற்ற மதியினர் தெள்ளத் தெளியக் காணக்கூடும் உண்மை.

பிரிட்டிஷ் இந்தியாவில் இன்று சுமத்தப்பட்ட ஆங்கிலமும், பிரஞ்சு இந்தியாவில் சுமத்தப்பட்ட பிராஞ்சும் மருத்துவர் கத்தியால் விளையும் நல்வாழ்வைத் தமிழர்க்குத் தரக்கூடும். ஆனால் வடமொழியும் இந்தியும் உருதுவும் போன்ற கீழ்நாட்டு மொழிகள் வெளியுறவுகளுக்குப் பயன்படுமேயன்றித் தமிழன் வாழ்வுக்குத் தாய்ப்பாலாகா. தமிழன் உறக்கக்காலத் தாலாட்டாகவே அவை நிலவக்கூடும்; விழிப்புத் தரும் திருப்பள்ளியெழுச்சிகளாகா.

சுருங்கக்கூறின் தமிழ்நாட்டு இளைஞர்தான் வருங்காலத் தமிழகத்துக்கான திட்டமிடுவதில் முதற்பங்கு கொள்ள வேண்டும். பிற நாட்டவர் அதாவது அயல்நாடுகளாகிய

இந்தியப் பரப்பின் பிற பகுதியாளர்களுடன் தமிழன் ஒத்துழைக்கக் கூடும். ஆனால் அவர்களுடன் சரிநிலையில் தன் கருத்தை வலியுறுத்தும் ஆற்றலில்லாதபோது ‘ஒத்துழைப்பு’ என்ற சொல்லின் முதற்பகுதி (ஒப்பு) பொருளற்றதாகிவிடும். தமிழரிடை ஒப்புநிலையும் (சமத்துவம்), சரிநிலைவாய்ப்பும், சரி ஒழுங்கும் (சமநீதியும்) இன்றித் தமிழர் ஒற்றுமையோ, இந்திய ஒற்றுமையோ, உலக ஒற்றுமையோ ஏற்பட முடியாது.

இந்திய வாழ்வுக்குத் தமிழர் வாழ்வே அடிப்படையும் உயிர் நிலையும் ஆகும். அவர்களை ஒதுக்கியோ, புறக்கணித்தோ, அடக்கியோ இந்தியா வாழ நினைத்தால், இந்தியா என்றும் உண்மை விடுதலை பெறாது. வடநாட்டிலுள்ள தாழ்த்தப்பட்ட மக்கள் வடநாட்டில் வாழினும், இனவகையில் தமிழர்களே, தமிழ்நாடு தனித்து வளர்ச்சியுற்றபின் வடநாட்டினும் அவர்க ளுக்கும் சரிநிலை உரிமை ஏற்படத் தமிழ்நாடு வகை செய்யும்.

எனவே நம் அரசியல் கட்சிகளுள் வடநாட்டு ஆக்கம் வலுக்கப் பாடுபடுபவை உண்மையில் மறைமுக அடிமை வாழ்வையே பெருக்கும். தமிழர் ஆக்கம் பெருக்க முனையும் கட்சிகளே உண்மையில் இந்தியாவில் விடுதலையையும் அடிப்படைப் பண்பாட்டு ஒற்றுமையையும் ஏற்படுத்தும்.

எதிர்காலத் தமிழகம் தனித்தியங்கி பிற மொழிகளுக்குத் தன்மதிப்பு வகையில் வழிகாட்டவல்ல தனித்தமிழ் வளர்த்து, ‘விடுதலை என்பதும் ஒற்றுமை என்பதும் சரிநிலையை அடிப் படையாகக்கொண்டதாக இருக்க வேண்டும் என்ற உண்மைக்குச் சான்றாக விளங்க வேண்டும்.

உலகின் அடிமை இருளுக்கு இருப்பிடமாயியங்கும் தமிழகம் தனிமனிதர், தனிப் பகுதிகள் பின்னடையக் காணாத மக்கள் ஒட்டாது நாட்டினால், உலகம் அதனைப் பின்பற்றும் என்பது உறுதி.

இங்ஙனம் உலகிற்கும் இந்தியாவுக்கும் வழிகாட்டியாகவும் தமிழகத்துக்கு இன்றியமையா உயிர்நிலைச்

சீர்த்திருத்தமாகவும் அமையத்தக்க முறைகளைத் தமிழர் திட்டம் என்ற இரண்டாம் பகுதியில் விளக்குவோம்.

★★★

9 788199 705937